NGÔN NGỮ - TẠP CHÍ VĂN HỌC NGHỆ THUẬT
TƯỞNG NIỆM KHÁNH TRƯỜNG (1948-2024)

NHÓM CHỦ TRƯƠNG:
Luân Hoán – Song Thao – Nguyễn Vy Khanh – Hồ Đình Nghiêm – Lê Hân – Trần Thị Nguyệt Mai – Uyên Nguyên Trần Triết

CỘNG TÁC TRONG SỐ NÀY:
Annie Nguyễn Trường An, Ann Phong, Đặng Thơ Thơ, Đinh Quang Anh Thái, Đinh Trường Chinh, Đỗ Khiêm, Đỗ Quý Toàn, Hạnh Tuyền, Hoàng Thị Kim, Hoàng Xuân Sơn, Hồ Đình Nghiêm, Huỳnh Liễu Ngạn, Kiều Chinh, Lê An Thế, Lê Chiều Giang, Lê Đình Ysa, Lê Hân, Luân Hoán, Nam Dao, Ngu Yên, Nguyễn Hàn Chung, Nguyễn Hưng Quốc, Nguyễn Văn Sâm, Nguyễn Viện, Nguyễn Vy Khanh, Nhị Ngã, Nina Hòa Bình Lê, Orchid Lâm Quỳnh, Phạm Cao Hoàng, Phạm Hiền Mây, Phạm Quốc Bảo, Phan Tấn Hải, Song Thao, Thận Nhiên, Thụy Khuê, Tiểu Lục Thần Phong, Trần Doãn Nho, Trần Thị Nguyệt Mai, Trần Vấn Lệ, Trịnh Thanh Thủy, Uyên Nguyên, Vũ Trọng Quang.

BIÊN TẬP: Lê Hân – Nina Hòa Bình
BÌA: Uyên Nguyên Trần Triết
DÀN TRANG: Lê Hân
ĐỌC BẢN THẢO: Trần Thị Nguyệt Mai
LIÊN LẠC:
Thư và bài vở mời gởi về:
- Luân Hoán: lebao_hoang@yahoo.com
- Song Thao: tatrungson@hotmail.com
TÒA SOẠN & TRỊ SỰ:
Lê Hân: (408) 722-5626 han.le3359@gmail.com

MỤC LỤC NGÔN NGỮ
TƯỞNG NIỆM KHÁNH TRƯỜNG
(1948 – 2024)

THƯ ĐẦU SÁCH

Lời đầu tiên, Ngôn Ngữ xin được cảm tạ nhà báo Nina Hòa Bình cùng những văn gia, nghệ sĩ danh tiếng: Annie Nguyễn Trường An, Ann Phong, Đinh Quang Anh Thái, Đỗ Khiêm, Đỗ Quý Toàn, Hạnh Tuyền, Hoàng Thị Kim, Hoàng Xuân Sơn, Huỳnh Liễu Ngạn, Nam Dao, Ngu Yên, Nguyễn Hàn Chung, Nguyễn Hưng Quốc, Nguyễn Văn Sâm, Nguyễn Viện, Nhị Ngã, Orchid Lâm Quỳnh, Phạm Cao Hoàng, Phạm Quốc Bảo, Phan Tấn Hải, Song Thao, Thận Nhiên, Trần Doãn Nho, Trịnh Thanh Thủy... đã cho phép chúng tôi đi lại những bài viết của quý vị đã được phổ biến trên Nhật báo Việt Báo cách đây không lâu.

Những tư liệu quý giá này, thật tình chúng tôi không thể có. Sự ưu ái của quý vị, nhất là nhà báo Nina Hòa Bình cho phép in lại những vinh danh đầy thân tình của quý vị đối với một người bạn văn, đúng là một nghĩa cử cao đẹp. Ngôn Ngữ vui vịn vào đây, để phần nào có uy tín hơn trước bạn đọc. Xin lần nữa đa tạ.

Trước đây, vào tháng 11 năm 2022, trong số Ngôn Ngữ 22, chúng tôi đã giới thiệu về họa sĩ nhà văn Khánh Trường. Số báo này mở đầu cho mươi số tiếp theo về một số tác giả khác. Việc làm này, chúng tôi chỉ lặp lại cách làm việc của vài tạp chí văn học tại Sài Gòn trước 1975, như Văn Học, Bách Khoa, Văn... không phải là sáng kiến mới, tiếc rằng công việc này hiện nay đã chấm dứt, vì nguồn tư liệu thật khó tìm.

Chúng tôi đã chọn Khánh Trường và xin phép anh ấy cho thực hiện số đầu tiên, bởi giữa Khánh Trường với Ngôn Ngữ có sự chuyển tay một cách tình cờ, khi dự định tạp chí Mở Nguồn của anh ấy đã không được thuận tiện.

Số Ngôn Ngữ 22 đặc biệt về Khánh Trường không được đầy đủ như một cuốn Tác Giả Tác Phẩm bởi gò bó trong tinh thần tạp chí. Nên sau đó, vào tháng 10-2023, chúng tôi đã giúp anh ấy hoàn thành một tác phẩm anh ưng ý hơn, cũng ghi tên Mở Nguồn ấn hành, theo ý muốn của anh.

Khánh Trường đã ra đi không đột ngột bởi tình trạng sức khỏe của anh ấy. Nhưng chúng tôi cũng đã không thể có kịp một số tưởng niệm dồi dào bài vở như sự chuyên nghiệp của nhật báo Việt Báo. Việc xin phép chuyển giữ những ngọn hương từ một nhật báo lớn sang một tạp chí, chỉ là thay đổi hình thức cất tư liệu gọn hơn.

Cũng xin gọi là số tưởng niệm Khánh Trường, nhưng ngoài những bài của các tác giả kể trên, chúng tôi chỉ xin thêm bài của các cây bút: nhà phê bình văn học Thụy Khuê, nhà thơ Phạm Hiền Mây, nhà thơ Trần Vấn Lệ, nhà thơ Tiểu Lục Thần Phong, nhà văn Vũ Trọng Quang, nhà văn Đặng Thơ Thơ... cộng với ít bài trong nhóm chủ trương Ngôn Ngữ. Chúng tôi không dùng lại bài đã in trước đây. Bài vở thật tình không phong phú, nhưng cái thân tình dành cho người bạn văn Khánh Trường chắc chắn trang trọng, ấm áp.

Xin trân trọng gửi đến Chị Khánh Trường cùng các cháu lời chân tình chia buồn, cũng như chính thức tiễn biệt hương linh anh, một người tài hoa, vui tính, hết lòng với bạn bè.

Kính quý trình tạp chí này đến tất cả bạn đọc.

Luân Hoán

Thay mặt các bạn nhóm Ngôn Ngữ

HỌA SĨ KHÁNH TRƯỜNG SANG BỜ TỊCH DƯƠNG

Họa sĩ Khánh Trường

(Orange County, CA): Sau đúng hai tuần hôn mê, họa sĩ Khánh Trường đã bỏ cuộc thế gian vào chiều Chủ Nhật, ngày 29 tháng 12 năm 2024, lúc 4:33 PM giờ California trong niềm thương tiếc của gia đình và bằng hữu.

Họa sĩ Khánh Trường tên thật là Nguyễn Khánh Trường, sinh năm 1947 (khai sinh ghi 1948) ở Quảng Nam, gia nhập quân đội Việt Nam Cộng Hòa năm 1968, giải ngũ năm 1972 vì bị thương. Khánh Trường vượt biên đến Thái Lan năm 1987, định cư tại Hoa Kỳ năm 1988. Sự đóng góp của anh vào văn học Việt Nam hải ngoại không nhỏ vì ngoài vẽ tranh, triển lãm tranh, anh cũng là một nhà văn tên tuổi, viết với vài bút hiệu khác như Kim Thi, Nguyễn Thị Giáng Châu. Khánh Trường đã xuất bản nhiều tác phẩm và từng là chủ biên của tạp chí Hợp Lưu, Hoa Kỳ, từ 1991 đến 2005.

Họa sĩ Khánh Trường là một trong những nghệ sĩ tài năng và nổi bật trong cộng đồng người Việt ở hải ngoại, đặc biệt trong lĩnh vực hội họa và văn học. Ông không chỉ được biết đến như một họa sĩ xuất sắc với phong cách độc đáo, mà còn là một nhà văn và nhà biên tập uy tín.

Tiểu sử và sự nghiệp

Khánh Trường sinh ra tại Việt Nam, từng sống và hoạt động nghệ thuật trong nước trước khi di cư sang Mỹ sau biến cố năm 1975.

Tại hải ngoại, ông tiếp tục phát triển sự nghiệp hội họa và để lại dấu ấn qua nhiều tác phẩm mang phong cách hiện đại, trừu tượng, và biểu cảm. Những tác phẩm của ông thường chứa đựng chiều sâu tư tưởng, gợi lên những cảm xúc mãnh liệt và phản ánh cuộc sống của con người, đặc biệt là trải nghiệm của người Việt nơi đất khách.

Ngoài hội họa, Khánh Trường còn tham gia tích cực trong lĩnh vực văn học. Ông là người sáng lập và chủ biên nhiều tạp chí văn học, nổi bật nhất là **tạp chí Hợp Lưu**, một trong những diễn đàn văn học nghệ thuật quan trọng của cộng đồng người Việt hải ngoại. Tạp chí này đã kết nối nhiều cây bút lớn từ khắp nơi trên thế giới, góp phần duy trì và phát triển tiếng Việt trong văn học.

Phong cách nghệ thuật

Phong cách hội họa của Khánh Trường chịu ảnh hưởng từ nhiều trường phái nghệ thuật quốc tế nhưng vẫn mang đậm bản sắc riêng. Ông thường sử dụng màu sắc mạnh mẽ, bố cục sáng tạo, và nét vẽ tự do để diễn đạt những chủ đề như khát vọng, nỗi đau, ký ức, và sự tìm kiếm bản ngã.

Đóng góp và tầm ảnh hưởng

Khánh Trường không chỉ là một nghệ sĩ tài hoa mà còn là một người thầy, một người truyền cảm hứng cho thế hệ trẻ trong cộng đồng người Việt. Những đóng góp của ông trong lĩnh vực nghệ thuật và văn học đã góp phần bảo tồn và làm phong phú thêm di sản văn hóa Việt Nam tại hải ngoại.

Với tài năng và tâm huyết, Khánh Trường đã khẳng định vị trí của mình như một biểu tượng nghệ thuật, không chỉ trong cộng đồng người Việt mà còn trên trường quốc tế.

Tranh sơn dầu "Dây Tơ Hồng" của Khánh Trường

ANNIE NGUYỄN TRƯỜNG AN

CHA TÔI - KHÁNH TRƯỜNG

Annie & Khánh Trường

Tuổi Thơ

Khi nghĩ về tuổi thơ của mình, tôi nghĩ về những chiếc ghế da màu xám trong chiếc xe tải Nissan màu xám của Ba.

Ba đưa tôi đi khắp mọi nơi.

Tôi nghĩ về bưu điện - tôi vẫn nhớ vị trí của chiếc hộp thư nơi Ba đến lấy thư.

Tôi nghĩ về thư viện và các tiệm sách cũ, đến cửa hàng nghệ thuật và mùi sơn.

Tôi nghĩ về nhà in với máy in sách và báo. Và vào cuối ngày - sau khi hoàn thành mọi công việc - chúng tôi sẽ ghé qua công viên gần nhà.

Annie và chiếc xe đi đưa báo gửi báo của Khánh Trường và Hợp Lưu.

Tôi nghĩ về việc Ba dễ dàng đồng ý với tôi như thế nào. Ngay cả khi ban đầu là câu trả lời không. Nếu tôi hỏi Ba lần thứ hai, Ba luôn nhượng bộ. Nhờ vậy, bộ sưu tập băng VHS của tôi thật đầy đủ. Tôi có tất cả các bộ phim Disney từng được phát hành.

Khi nghĩ về tuổi thơ, tôi nghĩ về mùi thuốc lá.

Ba là một người nghiện thuốc nặng. Đôi khi tôi có cảm giác như ông có thể hút hết cả một gói trong một ngày.

Khi tôi vào lớp 4, tôi thấy một quảng cáo trên TV về một người phụ nữ bị thủng cổ họng.

Tôi nói với Ba rằng hút thuốc có hại cho sức khỏe và ông nên bỏ thuốc. Ông cười.

Tôi nói với Ba tôi không muốn Ba bị bệnh, tôi bắt Ba hứa sẽ bỏ thuốc, tôi quấn ngón út của Ba vào ngón út của tôi.

Thật bất ngờ, cuối cùng Ba thực sự đã bỏ thuốc.

Dẫu tôi phải yêu cầu Ba lần thứ hai.

Tôi tự hào về Ba. Tôi cảm thấy Ba đang ở thời kỳ hạnh phúc và khỏe mạnh nhất xưa nay.

Nhưng tôi đã quá muộn. Vài năm sau - Ba bệnh, Ông bị ung thư.

Nỗi Đau Buồn Trước Mắt

Những năm tháng cuối tuổi thơ của tôi là một khoảng thời gian mơ hồ. Một sự pha trộn giữa tuổi dậy thì, sự tách biệt của tuổi mới lớn và Mẹ cố gắng hết sức để che chắn, bảo vệ tôi khỏi những điều tồi tệ nhất mà hóa trị gây ra cho Ba.

Ban đêm, tôi có thể nghe thấy tiếng Ba nôn mửa và tiếng Mẹ lục đục đóng cửa phòng ngủ để tôi không nghe thấy.

Ban ngày, tôi không muốn ở nhà. Tôi thường xuyên đi xa - trốn tránh nỗi buồn của mình và sự đau đớn ẩn sau cánh cửa phòng ngủ đóng kín của Ba Mẹ.

Xe cứu thương và xe cứu hỏa ghé đến là chuyện thường xảy ra ở nhà chúng tôi.

Những ký ức còn lại của tôi từ thời điểm đó dường như đã bị chặn lại. Tôi không biết nên cảm thấy xấu hổ hay biết ơn.

Dần dần, từng ngày, tôi cảm thấy Ba đang dần rời xa tôi, và tôi cũng dần rời xa Ông. Ba càng trở nên khép kín, tôi càng dần dần trở nên chấp nhận sự suy yếu của Ông. Ba càng tránh xa, Ba càng chuẩn bị tốt hơn cho tôi để tạm biệt.

Theo một cách nào đó, tôi cảm thấy *Nỗi Đau Buồn Trước Mắt* là món quà vô tình mà Ba đã dành cho tôi.
Ba đã chiến đấu thật mạnh mẽ qua từng chặng đường – Ông cho tôi thời gian để đau buồn.

Nhẹ Nhõm

Gần đây, chúng tôi đã nghe rất nhiều về Ba tôi như một Nghệ Sĩ, một họa sĩ, một nhà văn, một nhà thơ.

Tôi, tuy nhiên, tôi không biết đến con người đó của ông. Tôi đã thấy các tác phẩm văn chương của ông trên kệ sách nhưng không thể đọc được. Tôi đã xem tranh ông vẽ nhưng không hiểu được.

Tôi chỉ biết ông là Cha của mình. Người Cha đã đón tôi sau giờ học và đưa tôi đến công viên, dạy tôi bơi, cho tôi ăn McDonald's và giữ tôi bên cạnh như thể tôi là người bạn đồng hành nhỏ bé của ông.

Người Cha mà tôi biết, tôi đã mất đi nhiều năm trước. Những gì ông để lại chỉ là lời nhắc nhở về một người Cha đau yếu và một nỗi buồn khiêm nhường.

Và mặc dù cái bóng bệnh tật phủ lên ông, ông vẫn tìm thấy nhiều niềm vui trong những điều nhỏ nhặt. Như việc gặp gỡ những đứa cháu của mình, hoặc thỉnh thoảng làm một xô gà rán, hoặc một tách cà phê đậm. Ẩm thực và nấu ăn là niềm đam mê thứ hai của ông sau nghệ thuật.

Mẹ, các chị gái và tôi đến thăm Ba vào một buổi chiều Chủ Nhật yên tĩnh. Không lâu sau khi chúng tôi rời bệnh viện, tôi nhận được cú điện thoại báo tin.

Từ *nhẹ nhõm* nghe có vẻ lạ khi nói về cái chết của ai đó.

Ba không còn đau khổ nữa - không còn bị giới hạn bởi những khuyết tật của mình nữa, tôi không biết cách nào khác hơn để diễn tả cảm giác này ngoài việc nói rằng, đó là sự *nhẹ nhõm*.

Chủ đề về cái chết luôn khiến tôi thấy bất an. Tôi may mắn chưa từng mất đi người thân yêu nào trước đây và điều đó khiến tôi sợ hãi.

Nhưng giờ đây khi đã trải qua, tôi nhận ra được sự an ủi trong đó.

Năm mà Con Gái tôi dạy tôi về vẻ đẹp của sự ra đời, cũng là năm mà Cha dạy tôi về vẻ đẹp của cái chết.

Một cái chết đúng lúc không có gì đáng sợ. Thật ra, đó là điều chúng ta nên đón mừng.

Hôm nay, con muốn mừng Ba, và con sẽ làm như vậy trong suốt quãng đời còn lại của mình trên Trái Đất này.

Thật vinh dự khi được làm con gái của Ba trong cuộc đời này.

Annie Nguyễn Trường An

oOo

Sau đây là bài gốc tiếng Anh:

Childhood

When I think about my childhood, I think about the grey leather seats in my Dad's grey Nissan truck.

He took me everywhere with him.

I think of the post office - I can still remember the location of the box where he would collect his mail.

I think of the library and used bookstores,

The art store and the smell of paint,

I think of the printing press that printed books and newspapers

And at the end of the day - after all tasks were done - we'd visit the local park.

I think about how easy it was to get my Dad to say yes. Even if it started as a no. If I asked him a second time, he always gave in. Hence, my collection of VHS tapes was magnificent. I owned every Disney movie that was ever released.

When I think about my childhood, I think about the smell of cigarettes.

Dad was an avid smoker. Sometimes it seemed as though he could smoke a whole pack of cigarettes in one day.

In the 4th grade, I saw a commercial on TV about a lady who had a hole in her throat.

I told Dad that smoking is bad and that he should stop. He laughed.

I told him I did not want him to get sick, I made him promise to stop, I wrapped his pinky around mine.

To my surprise, he actually did quit. Eventually.

I had to ask him a second time.

I was proud of him. It felt like he was the happiest and healthiest he'd ever been.

But I was too late. A few years later - Dad fell ill, he had cancer.

Anticipatory Grief

The latter part of my childhood was a blur. A mixture of puberty, adolescent detachment and Mom trying her best to shield me from the worst of what chemotherapy was doing to Dad.

At night I could hear him vomiting and Mom rustling around the room making sure the bedroom door was closed so that I could not hear.

During the day, I did not want to be at home. I was often gone - hiding from the pain and grief tucked behind the closed doors of my parent's bedroom.

Ambulances and firetrucks were a common occurrence at our home.

The rest of my memories from that time are blocked out and I do not know whether to feel ashamed or grateful.

Slowly, day by day, I felt Dad slipping away from me, and I from him. The more reclusive he became, the easier it was for me to accept his decline. The more he stayed away, the better he prepared me for goodbye.

In a way, it feels as though **Anticipatory Grief** was his unintentional gift to me.

Dad fought hard with every battle - he gave me the time to mourn.

Relief

Lately, we've heard so much about my Dad as the Artist, the painter, the writer, the poet.

I, however, did not know that side of him. I saw his literature but I could not read it. I saw his art but I did not understand it.

I only knew him as my Father. My Father who picked me up after school and took me to the park, taught me how to swim, fed me McDonald's and kept me by his side like I was his little sidekick.

This Father that I knew, I had lost many years ago. What he left behind was just a reminder of an ailing parent and a humble sadness.

Despite the shadow that was cast upon him, he still found many joys in the little things. Like seeing his grandchildren, or the occasional bucket of fried chicken, or a strong cup of coffee. Food and cooking was his second passion after art.

My Mom, sisters and I visited Dad at the hospital on a quiet Sunday afternoon. It was not long after we had left that I received the phone call.

Relief sounds like a strange word to use when speaking of someone's death.

Dad is no longer suffering - no longer confined by his disabilities, there's no other way to describe that feeling other than by saying, it is **relief**.

The subject of death has always made me uncomfortable. I've been fortunate enough to have never experienced the death of a loved one and I was terrified of it.
But now that I have experienced it, I can see the solace in it.

The year that my Daughter taught me the beauty of birth, is the same year that my Father taught me the beauty of death.

A timely death is nothing to be afraid of. It is, in fact, something we must celebrate.

I want to celebrate you today Ba, and I will for the rest of my time here on Earth.

What an honor it has been to be your daughter in this lifetime.

Annie Nguyễn Trường An

Gia đình Khánh Trường

ANN PHONG

Nhớ Mãi

Ann Phong & Khánh Trường hoàn tất bức tranh vẽ chung

Năm 1992 khi tôi bắt đầu học thạc sĩ hội họa tại Quận Cam, tôi tìm về nguồn.

Những bài viết của các tác giả người Việt hải ngoại trên báo trên sách, những cuốn Hợp Lưu là món ăn tinh thần của tôi.

Tôi quen Khánh Trường qua hội họa. Tôi biết tôi không "lanh" nhưng "lành", và họa sĩ Khánh Trường cũng biết điều đó. Anh hay nói giỡn với tôi, nhưng anh trân trọng những tác phẩm nghệ thuật tạo hình của tôi. Anh phỏng vấn tôi, đăng tranh tôi trên bìa tạp chí Hợp Lưu từ số 37 tháng 10 năm 1997 và tiếp tục sau đó.

Nhìn lại, vậy là hai anh em đã đi trên con đường nghệ thuật tạo hình hơn 30 năm. Có lúc chúng tôi triển lãm chung, từ Hội VAALA, tới phòng triển lãm Báo Người Việt, Old Courthouse Museum và phòng triển lãm trong chùa. Khi tôi triển lãm, anh ghé xem. Và khi anh triển lãm, từ lúc còn đi bằng chân đến lúc đi xe lăn, tôi ghé.

Gần đây khi cô Lê Hòa-Bình và các bạn rủ tôi một ngày ngồi vẽ chung với anh Khánh Trường, tôi đồng ý ngay. Hôm đó chúng tôi vui lắm, các bạn ngồi đàn hát và nhìn chúng tôi hai đứa vẽ chung một tác phẩm. Nét và màu của hai họa sĩ cứ lượn trên mặt canvas. Có lúc nét cọ đi song song, có lúc nét này chồng chất lên nét kia mà lướt. Có những lúc tranh tưởng đã hoàn tất, nhưng anh Khánh Trường cười và anh lại vẽ lên tiếp, anh mệt mà anh không chịu ngưng. Tôi thấy và biết anh vui. Những khoảnh khắc ấy tôi sẽ nhớ mãi.

Ann Phong

ĐẶNG THƠ THƠ

NHỚ KHÁNH TRƯỜNG VÀ HỢP LƯU

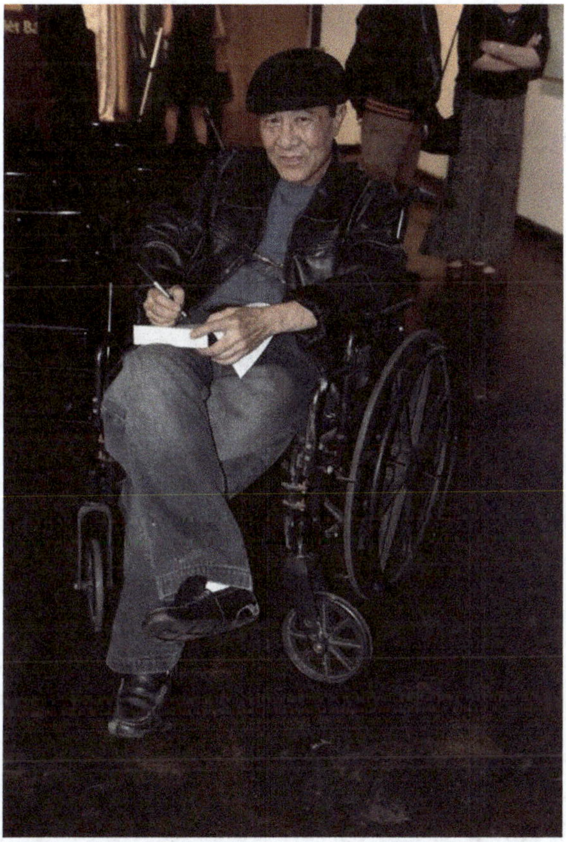

Khánh Trường trong ngày triển lãm tranh Khánh Trường tại tòa soạn Việt Báo năm 2018

Tôi gặp anh Khánh Trường lần đầu vào năm 2001, rất muộn màng so với những mối thân tình khác của anh, những nhà văn đã gắn bó thân thiết với Hợp Lưu từ những ngày đầu. Khi Hợp Lưu ra mắt độc giả, năm 1991, lúc đó tôi còn ở Việt Nam.

Nhưng duyên nợ văn chương, như dòng chảy của sông nhỏ đổ vào con sông lớn, đã đưa tôi đến với tạp chí này, như một định mệnh Hợp Lưu, công trình đáng ghi nhớ nhất của anh Khánh Trường.

Nói về chữ "Hợp Lưu", theo như tôi biết thì ban đầu anh Khánh Trường muốn chọn tên Giao Lưu, và đã làm mẫu bìa báo đầu tiên với cái tên đó. Nhưng nhà văn Nhật Tiến đã đề nghị chữ Hợp Lưu, nhằm "giảm thiểu cái ý nghĩa giao dịch hướng về trong nước, và anh Khánh Trường đã đồng ý đề nghị này." (Xem "Nhà Phê Bình Văn Học Nguyễn Tà Cúc Phỏng Vấn Nhà Văn Nhật Tiến Về Vấn Đề Giao Lưu Văn Hóa").

"Hợp Lưu" là một sự lựa chọn (chữ) rất hay. Hợp Lưu là dòng chảy tự nhiên của hai nhánh chập lại, đúng với tinh thần hội nhập văn học trong và ngoài nước. Còn "Giao Lưu" là một động từ, trong nước hay nói "đi giao lưu", thế cho động từ "giao dịch" hoặc "liên lạc". Và trong các Tự điển tiếng Việt trước 1975 không có chữ "giao lưu". Có lẽ nhà văn Nhật Tiến đã cẩn trọng vì vậy, nhất là trong không khí vô cùng căng thẳng khi tờ Hợp Lưu hình thành với khuynh hướng hội nhập hai dòng văn chương quốc nội và hải ngoại đã gặp nhiều chống đối trong cộng đồng.

oOo

Truyện ngắn đầu tiên tôi đăng trên Hợp Lưu là "Mùa Hè, Từng Đoạn Ngắn". Tôi chọn truyện này cho Hợp Lưu vì có không khí hội họa và giọng văn nhiều chất thơ, nghĩ là hợp với Khánh Trường họa sĩ. Cùng lúc, truyện ngắn "Độ Đau Của Máy" của tôi đăng trên tờ Văn Học, tranh đấu cho quyền trợ tử trong bối cảnh giả tưởng khi y học tiến bộ hơn sẽ có những loại máy đo độ đau chính xác để quyết định xem ai có quyền được chết. Anh Khánh Trường nói anh thích "Độ Đau Của Máy" và tỏ ý tiếc là tôi không gửi truyện này cho anh. Sau này làm việc trong ban biên tập với Khánh Trường, tôi biết anh thích những truyện có khuynh hướng thách thức và chất vấn những quan điểm truyền thống, và những cách nghĩ vượt lề thói suy nghĩ thông thường.

Anh Khánh Trường đã làm bìa cho tập truyện ngắn đầu tay Phòng Triển Lãm Mùa Đông của tôi, hình bìa là một tác phẩm trừu tượng rất đẹp của anh. Lúc đó anh sống trong khu townhouse trên đường Newland, chỗ làm việc của anh ở trong garage. Anh mở máy cho tôi xem hàng chục bức tranh anh vẽ, tha hồ chọn. Tôi đã ngồi tại chỗ xem anh làm việc, chọn kiểu chữ, chọn màu, trình bày bìa, và thu vào một cái CD cho tôi mang về.

Duyên cớ khiến tôi đến với ban biên tập Hợp Lưu lại là qua nhà văn Phùng Nguyễn, khi năm 2002 Khánh Trường vì bệnh nặng đã giao lại Hợp Lưu cho Phùng Nguyễn làm chủ biên và Đặng Hiền làm tổng thư ký. Anh Phùng Nguyễn mời tôi vào ban biên tập, cùng nhà văn Trần Vũ và nhà thơ Thường Quán. Đó là đầu năm 2003. Được bốn số thì Phùng Nguyễn rút tên. Sau đó thì thành phần ban biên tập Hợp Lưu thay đổi nhiều lần. Tôi nhớ trụ lại cuối cùng với chúng tôi có thêm nhà văn Miêng, Nam Dao và Mai Ninh, nhà phê bình Phạm Trọng Luật, và GS Nguyễn Nguyệt Cầm. Trần Vũ giữ vai trò chủ biên. Nhà thơ Đặng Hiền giữ chức tổng thư ký và là người duy nhất đứng tên trên môn bài Hợp Lưu. Anh Khánh Trường vẫn phụ trách phần trình bày bìa và hình thức tờ báo.

Năm 2005, Hợp Lưu làm số kỷ niệm 30 năm ngày 30 tháng 4. Chúng tôi (Nguyễn Hương, Trần Vũ, và tôi) đến nhà anh để bàn về thư tòa soạn anh viết với tư cách chủ nhiệm. Khánh Trường muốn có ý kiến của ban biên tập vì đây là số báo có tầm quan trọng và có thể gây nhiều dư luận trong ngoài nước. Lúc đó tôi thấy anh Khánh Trường là người rất cẩn trọng chứ không phải lúc nào cũng bạt mạng bất cần như người ta thường nói. Đó là một số báo đặc biệt hay về đề tài 30 tháng 4, tranh bìa rất đẹp, là tài liệu quan trọng cho những nhà nghiên cứu muốn tìm hiểu về văn chương và lịch sử của cộng đồng người viết hải ngoại.

Tới số 83 (tháng 6-7/2005), Trần Vũ muốn rút khỏi vai trò chủ bút Hợp Lưu. Do đó Khánh Trường có ý định thay tổng thư ký

Đặng Hiền và thành lập một ban biên tập mới gồm Nguyễn Hương, Mai Ninh, Phạm Thị Ngọc, Trần Vũ, Đặng Thơ Thơ (có thể còn vài người nữa mà tôi không nhớ hết), với Nguyễn Hương làm chủ bút. Nhưng dự định này không thành. Sau đó Hợp Lưu thuộc về Đặng Hiền. Sự kiện này gây chấn động trong văn giới. Trang mạng BBC ngày 3 tháng 8, 2005 đã đưa tin này:

"Cuối tháng Bảy vừa qua, sau khi Chủ nhiệm Khánh Trường viết thư ngỏ tuyên bố từ nhiệm khỏi vị trí này, nhiều thành viên khác của Ban Biên Tập cũng làm tương tự.

Nhóm các nhà văn, nhà thơ Nam Dao, Phạm Trọng Luật, Miêng, Mai Ninh, Đặng Thơ Thơ, Nguyệt Cầm và Nguyễn Hương đã cùng ký thư đăng trên Talawas ngày 30.07 nói họ sẽ không còn dính líu gì đến Hợp Lưu nếu như tạp chí dưới tên đó tiếp tục được xuất bản."

Vì lý do đó, chuyên đề Màu Da và Ngôn Ngữ do Nguyễn Hương và tôi thực hiện, với công sức rất lớn của Nguyễn Hương trong việc hoạch định, biên tập, viết tiểu luận tổng hợp chuyên đề, phỏng vấn, v.v..., dự tính đi trên Hợp Lưu, cuối cùng đã chuyển sang tạp chí Thế Kỷ 21 lúc đó do nhà văn Phạm Phú Minh làm chủ bút. Chuyên đề này sau được đưa vào số mở đầu của tạp chí văn chương mạng Da Màu tháng 8/2006.

Có thể nói, Da Màu ra đời là hệ quả của biến cố Hợp Lưu.

oOo

Thời gian 2002-2005 là giai đoạn nhiều biến động trong Hợp Lưu, và những biến động này đi song song với tình trạng sức khỏe của anh Khánh Trường. Đó cũng là lúc anh thay đổi chỗ ở liên tục.

Mỗi lần có bạn văn ở xa đến, tôi thường chở họ đến thăm anh, mỗi lần là một địa điểm mới.

Mỗi lần như vậy lại phải hỏi người này, người kia để tìm tung tích của Khánh Trường. "Không biết bây giờ ổng ở đâu?" Chúng tôi hỏi nhau.

"Nghe nói ổng ở trong thiền viện gì đó trên đường Brookhurst."

Lần khác thì: "Nghe nói ổng vào rehab trên đường Trask."

Hoặc: "Bây giờ ổng ở nhà họa sĩ Nguyễn Đình Thuần."

Và: "Khánh Trường mới vào bệnh viện, nằm ICU."

Đó là năm nhà văn Trần Vũ ở Pháp sang thăm, hình như dịp Tết âm lịch 2004, anh KT lâm trọng bệnh, thổ huyết, được chở đi cấp cứu và hôn mê. Lúc đó chúng tôi nghĩ là anh không qua khỏi, đã bàn tính với nhau làm số báo tưởng niệm cho anh. Vậy mà Khánh Trường đã vượt qua. Tôi nghĩ Hợp Lưu chính là động lực để Khánh Trường tiếp tục. Anh không đành lòng bỏ đi khi chưa biết tờ báo sẽ do ai trông coi. Làm việc với Khánh Trường, tôi biết những tính toán, kế hoạch, quyết định của anh, có thể nên hay không nên, có thể làm vui lòng người này mà không hợp ý người khác. Nhưng anh làm thế không phải cho anh, mà cho sự trường tồn của Hợp Lưu.

Lần gần đây nhất tôi đưa nhà văn Nguyễn Thị Hoàng Bắc đến thăm thì anh Khánh Trường đã an cư ở ngôi nhà mới, không phải ngôi nhà có mấy con sư tử đứng gác bên ngoài, là nơi anh đã cùng gia đình sống một thời gian dài. Lúc này Khánh Trường tập trung vào vẽ tranh, và viết hồi ký, theo lời anh nói với tôi.

Hôm nay tôi đến đây, gọi là để chia tay anh, nhưng tôi vẫn nghĩ anh chỉ thay đổi một địa chỉ mới. Và câu hỏi "Ổng ở đâu bây giờ" vẫn tiếp tục vọng lên đâu đó trong đầu tôi.

Tôi nghĩ Khánh Trường đang trên đường vào cuộc rong chơi mới.

Đặng Thơ Thơ

15 tháng 1, 2025

(Một phần của bài viết này đã được đọc trong Tang Lễ Khánh Trường)

Nguồn:
https://damau.org/102195/nho-khnh-truong-v-hop-luu

ĐINH QUANG ANH THÁI

KHÁNH TRƯỜNG,
NGƯỜI ĐỨNG TRÊN VAI QUÁ KHỨ

Hàng đứng: Đinh Quang Anh Thái, Nina Hòa Bình
Hàng ngồi: Khánh Trường, Kiều Chinh
(hình chụp trong ngày ra mắt tập Thơ Khánh Trường, 30/6/2024)

Khánh Trường một thời du đãng.
Khánh Trường một người lính.
Khánh Trường nhà văn, nhà thơ, họa sĩ.
Và Khánh Trường là người khơi giòng, hợp lưu.

Dù đóng vai nào, Khánh Trường cũng hết lòng, "chơi tới bến", đẩy tới cùng cái mà người khác chỉ đẩy một nửa.

oOo

Như anh có lần tâm sự, thủa 13, anh đã bỏ quê nhà Quảng Nam, lên Đà Lạt, sống đời lang bạt, ăn bờ ngủ bụi, thậm chí "biết tình yêu gái điếm" dù còn non choẹt.

Rồi anh xuống Sài Gòn, không muốn tiếp tục làm du đãng, anh đăng lính, dù chưa đủ tuổi. Có sao đâu, chiến tranh đang lên cao điểm mà, quân đội cần lính, nhất là lính Dù, những người lỳ lợm, can đảm, tự nguyện.

Những năm chiến trận, đúng châm ngôn "Nhảy Dù cố gắng", anh sống trọn với đồng đội, với màu cờ sắc áo. Bị thương nhiều lần, anh buộc phải giải ngũ. Đời sống dân sự chưa được bao lâu thì "sẩy đàn tan nghé", ngày 30 tháng Tư 75, anh bị "bên thắng cuộc" liệt vào hàng ngũ "bên thua cuộc". Vì là cấp hạ sĩ quan, anh không chịu chung số phận như hàng trăm ngàn sĩ quan, công chức, bị đày đọa nhiều năm tháng trong các trại tù mà chế độ mới gọi bằng mỹ từ "cải tạo". Nhưng anh vẫn bị nghi kỵ, bị phân biệt đối xử ngay chính trên quê hương mình.

Không thể ở lại, anh vượt biên, đến Thái Lan, sau đó đến Mỹ định cư với thân xác vẫn còn vài mảnh đạn vì quá nhỏ nên không thể gắp ra được. Anh kể, vết thương chiến tranh vẫn luôn làm anh đau nhức vào mỗi độ trời trở lạnh.

Còn vết thương tinh thần nữa chứ. Anh vẫn thường bị giấc ngủ chập chờn, nửa đêm choàng tỉnh sau những cơn mộng dữ máu đổ thịt rơi.

Nhưng anh quyết không để bóng ma quá khứ phủ lấp cuộc đời mình. Anh quyết – như cách nói của nhà thơ Lê Đạt trong nhóm Nhân Văn Giai Phẩm – "đứng trên lưng quá khứ để nhìn thấy tương lai."

Anh bắt đầu tự học tiếng Anh, ngôn ngữ của vùng đất mới mà thời còn ở quê nhà nó lạ lẫm với anh lắm. Và rồi từng bước một, như con chim làm tổ, anh tự học vẽ bằng sách vở tiếng Anh để *"cầm cọ đúng quy cách khi tả người, tả cảnh, chứ không chỉ vẽ theo cảm xúc như thời trước khi bỏ nước ra đi"*, anh nói với tôi như thế.

oOo

Vẽ, viết truyện, làm thơ, tạo nên một Khánh Trường lừng lẫy cho đến ngày anh nhắm mắt xuôi tay.

Dấu ấn lớn nhất anh để lại là 82 số báo Hợp Lưu: từ số đầu tiên tháng 10 năm 1991 đến số cuối cùng tháng Tư 2005, ròng rã 14 năm, anh đã "đi tới, không chịu núp sau lưng quá khứ ".

Trong lá thư tòa soạn của số báo ra mắt, Khánh Trường viết:

"Văn học là một phần của văn hóa, dứt khoát không thể tách rời khỏi cội nguồn dân tộc. Mỗi quốc gia, do điều kiện địa lý, truyền thống, tập quán... đều có cho mình một nền văn hóa riêng, người làm văn học không thể xa rời cái "riêng" đó nếu họ còn cầm bút và viết bằng chính ngôn ngữ mẹ đẻ của họ. Chúng tôi tin rằng, khát vọng sâu xa nhất trong mỗi văn nghệ sĩ, là mong được gửi sáng tác của mình đến tất cả mọi người Việt Nam, không phân biệt trong ngoài. Khát vọng đó, buồn thay, do lòng thù hằn; do những vướng víu quá khứ; do tầm nhìn hữu hạn bị chi phối bởi định kiến chính trị; có khi do đố kỵ và nhất là do muốn yên thân, chúng ta đều cố tình tránh né. Người có chút tự trọng thì im lặng, âm thầm làm việc trong cô đơn. Kẻ cuồng tín, cơ hội, thì lớn tiếng gào thét, để rồi chỉ sản sinh rặt một thứ văn chương khẩu hiệu, hô hào đấu tranh sắt máu, bất chấp mọi thủ đoạn, phương tiện. Hoặc tệ hại hơn, chỉ loay hoay trong ý đồ đen tối: tìm mọi cách bôi bẩn nhau, gây chia rẽ, phân tán, nghi ngờ, khiến cho chân giả bất phân, khiến cho dù là anh em bằng hữu thân thiết, có khi cũng không dám nói thẳng nói thật điều mình nghĩ. Sống giữa chế độ Cộng Sản, điều đó không đáng ngạc

nhiên, nhưng tình trạng này xảy ra tại đây, trên các phần đất tự do, mới là chuyện đau lòng. Lối hành xử hẹp hòi đầy thiên kiến đó, tự căn bản, đã hoàn toàn xa rời với chức năng của người cầm viết, vô hình trung chúng ta tự đẩy mình vào ngõ cụt không lối thoát."

Khánh Trường viết như thế vào năm 1991 thì táo tợn thật, dũng cảm thật, dám đưa lưng giữa hai lằn đạn: Đạn của chế độ đang toàn trị tại quê nhà và đạn của những người căm thù Cộng Sản tại hải ngoại.

Tôi còn nhớ, một người bạn từng là sĩ quan Việt Nam Cộng Hòa nói với tôi sau khi đọc Hợp Lưu số 1: *"Thằng này láo thật! Nó tưởng nó là ai mà viết như thế!"*

Một anh bạn khác sống tại Tiệp Khắc, từng là bộ đội Miền Bắc, đọc Hợp Lưu do tôi gửi tặng, bèn nhờ tôi nhắn với anh Khánh Trường: *"Viết thế thì đám công an văn hóa trong nước chúng nó căm lắm đấy."*

oOo

Tôi rất thích một tấm hý họa, vẽ một ngã ba đường, với một đám đông người xếp hàng tề chỉnh đi về hướng phải, còn hướng trái chỉ có duy nhất một người. Thông điệp của bức hý họa rõ lắm: Khi tin điều mình làm là đúng, thì dù đơn độc cũng không lùi bước.

Khánh Trường thuộc mẫu người đó, khơi nguồn hợp lưu, bất chấp những chỉ trích – của cả hai phía – và thậm chí còn bị đe dọa "sẽ có người lấy tí máu của mày đấy".

Những lúc căng quá, một số bằng hữu lo sợ an ninh của anh, góp ý anh nên "xét lại". Máu "một thời du đãng, một thời chiến trận" nổi dậy, anh phang ngay một câu *"Đ.M thằng nào ngon đến tìm tao đi, tao cho địa chỉ."*

Và rồi anh cương quyết khẳng định: *"Có Hợp Lưu, những người cầm bút trong và ngoài nước mới có cơ hội đến gần nhau, cùng hướng tới mục đích chung: hỗ tương bù đắp cho nhau để góp phần nâng cao phẩm chất của văn học nghệ thuật nước nhà...*

... Hợp Lưu sẽ phá vỡ mọi biên cương, mọi định kiến, mọi ràng buộc, mọi điều 'cấm kỵ', cập nhật và theo sát những trào lưu mới của văn hóa nhân loại."

Khánh Trường chủ trương như thế, phá vỡ mọi biên cương, mọi định kiến, mọi ràng buộc, mọi điều "cấm kỵ" nhưng đọc kỹ từng số Hợp Lưu, chúng ta dễ nhận ra rằng, tờ báo không có chỗ cho những tiếng nói của những kẻ đang cầm quyền tại Việt Nam và những người cực đoan tại hải ngoại.

Hợp Lưu – tức là Khánh Trường – dù chủ trương "đứng trên vai quá khứ" nhưng không vì thế mà quên đi lòng thương cảm số phận Việt Nam, con người Việt Nam, vì sau một cuộc chiến đẫm máu 20 năm, vết thương trong lòng người vẫn còn rỉ máu.

Đọc Hợp Lưu số cuối cùng với chủ đề "30 Tháng Tư 1975, nhìn từ Miền Nam", chúng ta sẽ nhận ra tình cảm đó. Khánh Trường viết: *"Vì sao nhìn từ Miền Nam? Vì tâm tình của những con người đã cùng gánh chịu chung một cuộc chiến, 30 năm sau vẫn chưa được công nhận và phổ biến trên chính quê hương của mình. Dù nhìn dưới góc độ nào, chúng ta vẫn không thể phủ nhận những tiếng nói của một lớp người nhân văn, những tiếng nói này là chứng từ ở một thời điểm nhiều giông bão trong dòng lịch sử dân tộc.*

oOo

Dũng cảm, ngang tàng, "thẳng ruột ngựa", nhưng lúc đang giữa đường đi tới, Khánh Trường bị một cơn tai biến đánh gục. Ngồi xe lăn, nói năng khó khăn, anh vẫn không đầu hàng số phận: anh nhờ chị Oanh, vợ anh, dùng băng keo cột cây cọ vào tay để anh vẽ. Anh còn rị mọ gõ từng ngón trên bàn phím computer để làm thơ, viết truyện.

Theo nhận xét của họa sĩ Nguyễn Việt Hùng, *"với khoảng hơn 40 tác phẩm sáng tác sau cơn đột biến, Khánh Trường thay đổi cách vẽ hiện thực tỉ mỉ qua trừu tượng phóng khoáng, cho thích ứng với khả năng không còn điều khiển sơn cọ theo ý muốn. Hơn 40 họa phẩm của Khánh Trường, đường nét không còn mang tính chất trau chuốt nương đồ, màu sắc gần gũi với đất đá thiên nhiên, và bố cục tranh vẽ thiên về một sự hài hòa tĩnh lặng. Sự đơn giản từ đường nét, màu sắc, bố cục trong tranh đã đem lại sự hồn nhiên, mộc mạc như trẻ thơ, như những tác phẩm từ hang động của nền nghệ thuật sơ khai, của sự vui thú trong sáng tạo nghệ thuật hơn là kỹ thuật khéo tay nhà nghề. Nhưng hội họa Khánh Trường không chỉ là phương tiện để anh vui chơi với màu sắc hình thể, mà còn là cứu cánh để đi tiếp đoạn đường đời."*

Mười ba năm ngồi xe lăn, mỗi tuần ba lần đi lọc thận, cổ họng bị ung thư đục ruỗng, vậy mà cho tới tuần lễ cuối cùng phải vào bệnh viện và chìm trong hôn mê trước khi nhắm mắt xuôi tay, mỗi lần cùng một vài bằng hữu thật thân đến thăm anh, anh luôn chỉ cho xem những bức tranh anh vừa vẽ xong. Anh còn hẹn sang năm 2025 sẽ triển lãm tranh và ra mắt thơ-văn của anh.

Bây giờ thì hết rồi.

"Ô hay nhà bác Khánh Trường. Thế Gian tan tác vấn vương làm gì", nhà văn Nam Dao từ Canada viết lời tiễn biệt bạn mình như thế!

Vĩnh biệt anh Khánh Trường.

Nhớ búi tóc dài, nhớ hàng ria mép đen láy, nhớ giọng nói bất cần đời, dáng đi ngang tàng của anh thời chưa đổ bệnh. Và nhớ nụ cười "hiền" của anh sau khi anh hiểu vòng xoay đời người là "sinh, lão, bệnh, tử".

Đinh Quang Anh Thái

(3 tháng Giêng 2025)

ĐINH TRƯỜNG CHINH

DÙ MUỐN / DÙ KHÔNG

Tranh sơn dầu "Tuệ Mai" của Khánh Trường

chết đi và sống lại
sống lại và chết đi
người họa sĩ luôn chọn đi dạng hai chân
ở đường biên giới
giữa mìn và kẽm gai
giữa hoa hồng và móng vuốt.

cuộc đời nhị-nguyên.

người họa sĩ mãi tìm đường

đáo bỉ ngạn (*)
ba la yết đế
xa quá bờ kia
ông muốn thõng tay vào trống không
mà ngày
đầy dây nhợ

cuộc đời phục-sinh.

người họa sĩ
đã sống bằng máu của anh em
vẽ bằng máu của chính mình
sức mạnh tự tạo
kéo dài hơi thở
kéo dài khổ nạn
uống rượu với thần chết
một trận mãi chưa xong.

chết đi. sống lại
sống lại rồi chết đi
sống tận với hệ lụy
để bài tiết
thành chữ / sắc / màu.
người họa sĩ tự phục sinh
đến chung cuộc
rũ sạch
chỉ treo lại một hơi thở
ngoài kia.

cuộc đời mãi hợp-lưu.
dù muốn
dù không.

đinh trường chinh

(*) tên một loạt tranh của
họa sĩ Khánh Trường

ĐỖ KHIÊM

HỒI ỨC KHÁNH TRƯỜNG

Triển lãm tranh Khánh Trường tại Việt Báo Gallery, tháng 10/2018. Từ trái qua: nhà văn Đỗ Khiêm, họa sĩ Khánh Trường, nhà thơ Nhã Ca, nhà thơ Trần Dạ Từ

Năm 1988, tại Nam Cali có cuộc bầu cử ban chấp hành lâm thời của Văn Bút Việt Nam Hải Ngoại, nhà văn Nhật Tiến làm chủ tịch. Sau đó có các ban ngành này kia truyền thông, báo chí gì đó và tôi được chỉ định làm việc với Khánh Trường. Đó là lần đầu tôi gặp anh, một người điệu đà, mặc đồ trắng và quần có dây lưng, tuy dáng dấp khoan thai nhưng có cái gì đó giục giã giấu bên trong và nét bất bình loáng thoáng ở hàng râu mép.

Anh là một người dễ tính nhưng có những nổi giận không nhân nhượng. Đây là đức tính tôi ấn tượng nhất ở nơi anh. Thế giới của Khánh Trường có hai loại, là con người và "bọn súc vật". Khi nào rất là giận, anh nói thêm cho rõ rằng "bọn đó là súc vật chứ không phải con người"! Đây không chỉ cá nhân nào mà là một nhận định và một lựa chọn, ta không ở phía bọn súc vật được mà đành phải ở phía con người.

Đức tính này kèm theo sự ngang tàng đã khiến anh đeo đuổi và thành công với tạp chí "Hợp Lưu" vào một thời điểm khó khăn về đủ mặt, từ vật chất đến an ninh cá nhân. Cái can đảm không phải là trước vũ lực, (gần như) ai cũng có thể banh ngực ra một phút nào đó trước họng súng chẳng hạn. Tôi nghĩ là nó phải âm ỉ và nuôi dưỡng, bảo vệ nó từng ngày, đối ngay với người thân, đối ngay với bạn bè, đối ngay với đồng đội cũ. Đó mới là khó khăn, mỗi ngày một cái can đảm nhỏ, một nỗ lực vô danh nuôi bằng cách biết gìn giữ sự bất bình. Không biết bất bình, phi hảo hán.

Tôi nhớ một bận đi vào Phước Lộc Thọ (là trung tâm của phố Việt ở quận Cam), vào dạo lúc đầu thập niên 90. Ngày đó còn có các tổ chức hung hăng trong cộng đồng và chiều ngày hôm đó họ chặn cửa để quyên góp, bán báo bán cờ dưới dạng đe dọa ít nhiều hay áp đảo. Họ là trai tráng mặc đồng phục, vài mươi mạng và tôi theo Khánh Trường với Cao Xuân Huy vào đó là để đi ăn bánh cuốn phía bên trong thôi. Nếu đưa tôi tờ báo thì tôi sẽ cầm lấy, nếu bắt tôi góp tiền thì tôi sẽ trả lại và nói năng nhỏ nhẹ, "Tôi không có tiền". Đằng này họ đưa cho Khánh Trường và tôi thấy anh mặt mày tức giận, anh cầm vất luôn xuống đất. Anh Huy thì nhăn nhở cười theo cái kiểu của anh thường lệ, và tôi nghĩ là xô xát đánh nhau rồi và đánh nhau thì đành đánh nhau thôi chứ biết sao đây. Nhưng có lẽ hai bạn đưa tờ báo đó nghĩ sao mà chỉ nhìn chúng tôi đi qua không nói năng chi.

Khánh Trường bắt đầu bạo bệnh từ 20 năm nay rồi chứ không phải mới. Có lúc nghĩ là anh sắp đi và bàn giao Hợp Lưu sang cho Phùng Nguyễn. Anh Phùng thì ở xa, đâu đó tuốt phía sa mạc và hôm đó tôi hẹn anh đến bệnh viện thăm Khánh Trường. Phùng Nguyễn còn mang theo trong xe ba cái máy vi tính tôi nhớ là IBM Thinkpad. Khi hỏi thì anh nói là máy mới dọn dẹp sạch sẽ, mang đi bán để giúp Khánh Trường lúc bệnh hoạn. Khánh Trường ở trong phòng nằm buồn xo, dưới gối có cuốn Hợp Lưu chót lấy ra cầm lật lật. Nằm viện thì ai vui, tôi biết nói gì, tôi nói "Nhảy Dù, cố gắng!" và Khánh Trường cười buồn.

Cái khoan thai trong dáng của Khánh Trường cũng là ở trước cái chết. Anh ra đi từ từ trong 20 năm qua và Phùng Nguyễn lại còn đi trước anh. Giờ này anh vẫn còn đu đưa và vật lộn. Tôi nghĩ anh ở lại là vì đời này còn súc vật làm anh giận chứ qua sông Mê thì chỉ còn con người và chuyện đó dễ rồi. Tôi lại nói "Nhảy Dù, cố gắng!".

Đỗ Khiêm

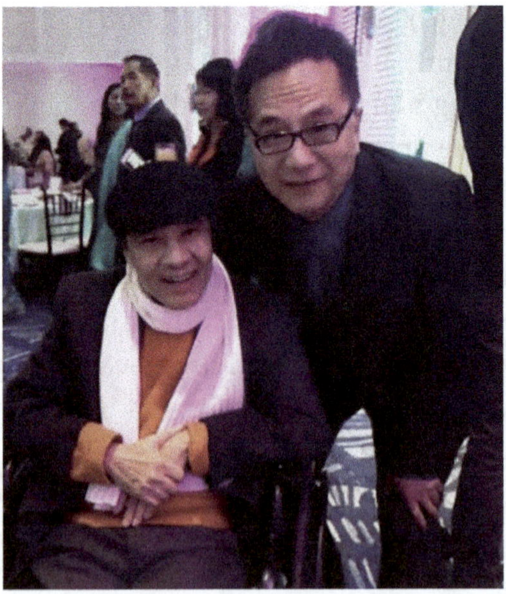

Khánh Trường & Đỗ Khiêm

ĐỖ QUÝ TOÀN
ĐÔI LỜI VĨNH BIỆT

Đỗ Quý Toàn & Khánh Trường

Tôi kính trọng và nể phục Khánh Trường.

Khánh Trường là con người tài hoa độc đáo. Viết văn, làm thơ, hội họa, trong môn nào anh cũng không chấp nhận đi theo các đường mòn.

Khánh Trường độc lập và can đảm. Khi chủ trương tạp chí Hợp Lưu tại California, anh đăng bài của các tác giả trong nước, bị nhiều người phản đối, Khánh Trường vẫn thản nhiên "đường ta ta cứ đi."

Anh đã sống trọn một nghiệp kiếp, ra khỏi cõi đời này, tiếc rằng đi sớm quá.

Đỗ Quý Toàn
29/12/2024

HẠNH TUYỀN
LỜI CẢM ƠN

Khánh Trường & Du Tử Lê
trong ngày triển lãm tranh Khánh Trường năm 2018

Những năm tháng cũ, khi mà việc đi lại giữa VN và Mỹ rất khó khăn thì anh Du Tử Lê đã đi-về như thoi đưa giữa hai đất nước, có khi khoảng cách giữa hai chuyến đi chỉ 28 ngày! Nhạc sĩ Trần Duy Đức kêu lên: *"Thượng Sĩ" làm cách nào đưa chị HT qua, hay "Thượng Sĩ" về VN ở hẳn, yêu kiểu hao tốn này không thọ lâu đâu!"* Mặc kệ nỗi lo của Đức, anh Lê vẫn hàng tháng có mặt tại VN 5 ngày rồi anh đi.

Anh đã tính về ở hẳn, đi dạy kiếm sống để được bên nhau. Bạn bè lúc ấy cũng có nhiều người bày cách này cách khác, nhưng đều không có kết quả.

Vậy mà như một phép lạ, khi anh Du Tử Lê nói chuyện với Khánh Trường, không thể mau mắn, nhiệt tình hơn. *"Để tôi!"* và anh viết ngay một lá thư, mời tôi sang Mỹ thuyết trình về... Dân Nhạc Việt Nam (!?). Hồ sơ xin xuất cảnh, giấy mời của anh Khánh Trường là chính, tôi được phái đoàn phỏng vấn chấp thuận ngay.

Khánh Trường! Anh là người ơn lớn của gia đình tôi, nhờ anh chúng tôi đã có nhau sau bao năm cách trở. Cảm ơn anh! Muôn vàn cảm ơn anh, anh Khánh Trường!

Hạnh Tuyền

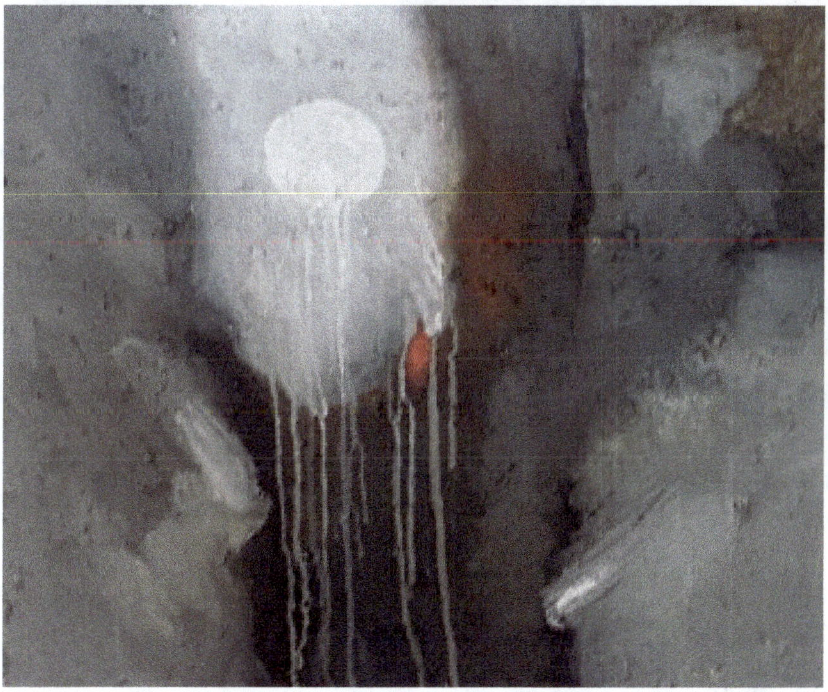

Tranh sơn dầu "Lệ Trăng" của Khánh Trường

HOÀNG THỊ KIM

KHÁNH TRƯỜNG, NGƯỜI LUÔN TẠO BẤT NGỜ

Hoàng Thị Kim, Cung Tích Biền & Khánh Trường
(Hình chụp tại triển lãm tranh Khánh Trường năm 2018)

Quả thật Khánh Trường có quá nhiều cái lạ. Giờ lâm chung cũng khá lạ lùng. Gần một tuần trước khi anh thật sự vĩnh biệt, trên các trang mạng đã tràn đầy những lời chia buồn. Đủ kiểu dạng. RIP, về miền mây trắng, tiêu diêu miền cực lạc, ra đi bình an nhé bạn, mong gặp bạn lữ, những người trăm năm cũ nơi thượng giới. Sự nhạy cảm, rót lòng đưa tiễn từ bạn hữu bốn phương cũng là do thời buổi thông tin nhanh nhẹn. Chỉ cần một vài giây đồng hồ, người bên này trái đất biết việc rủi may, chết sống tận bên kia địa cầu. Máy đo nhịp tim và hoạt động não đã báo không còn hoạt động từ nhiều ngày. Mũi phải thở bằng máy trợ thở, tiếp oxy. Cuối cùng, ngày thứ Ba, 24/12, chị Oanh nhắn tin cho biết các Sư Tây Tạng tới tụng kinh đưa tiễn. Ngày thứ Sáu, ba giờ chiều, một lần tụng kinh nữa, do các Sư Cô chùa Sùng Nghiêm, để sau đó là bác sĩ rút ống trợ thở, để Khánh Trường Ra Đi. Thì cứ rút. Nhưng nhịp tim vẫn cứ đập! Nina HB thông báo trên FB sau 11:00 PM thứ Sáu ngày rút ống: "Rời UCI Health - Fountain Valley lúc 11:10 PM, 7 tiếng sau giờ rút ống (4:00 PM), chú vẫn thở đều. Nhịp tim, huyết áp, mọi chỉ số ổn định. Khánh Trường của chúng ta vẫn không đành bỏ cuộc thế gian."

Theo một nghĩa nào đó, Khánh Trường anh vẫn còn... sống. Gần hai tuần qua, khi tôi viết những dòng này, 6 giờ chiều ngày 29 tháng 12 -2024, Hòa Bình Lê nhắn tin cho biết trên trang Facebook của Khánh Trường, Khánh Trường đã thật sự từ biệt chúng ta, ra đi lúc 4:33 PM.

Tôi là một người rất yêu mến văn chương. Cấp trung học theo học ban C – ban Văn chương, lên đại học học ban Triết. Tuổi 18 tập tành viết lách. Nhưng đường đời không như mong muốn, sau 1975, nền văn học Miền Nam bị xóa trừ. Ngoài đói kém về cơm áo, đói về cái đọc là rất trầm trọng. May thay khoảng 1991, Nhà văn Trần Vũ về nước, tặng mấy tập Hợp Lưu, một tạp chí văn học hải ngoại do Khánh Trường chủ trương. Từ đó tôi biết Khánh Trường. Thời đó, tình hình chính trị còn đầy thù nghịch giữa ngoài và trong nước. Những nhà văn viết bài từ trong nước gởi ra ngoài đăng tải, thảy đều bị bắt bớ, tù tội, như Doãn Quốc Sỹ, Hoàng Hải Thủy. Và ngoài nước có chút mảy may liên hệ với chế độ Cộng Sản trong nước là sẽ bị "tai nạn", cả bị giết hại như Hoài Điệp Tử. Thế mà Khánh Trường đã chủ trương tờ Hợp Lưu quy tụ nhiều cây bút trong và ngoài nước, bài vở xuất sắc và độc đáo.

Khánh Trường đứng mũi chịu sào, chịu búa rìu dư luận chống phá. Ông vừa là cây bút rất tài năng vừa có tài đọc, tuyển chọn bài vở, viết tạp ghi văn nghệ, tin văn học, với nhiều bút hiệu khác. Cho tới nay, và mãi mãi, Hợp Lưu vẫn là một chỗ đứng trong nền văn học Việt. Chuyện bất khả từ.

Tôi sang Mỹ, sau đó 5 năm, Cung Tích Biền mới chịu qua sum họp gia đình. Chúng tôi đến thăm Khánh Trường. Tình thân giữa hai ông "giang hồ" gặp gỡ, vẫn rượu, trà , cà-phê vui vẻ. Tôi cảm nhận sự chịu đựng cuộc đời trong cái cười hiền hậu, trong ánh mắt lặng lẽ buồn của Khánh Trường.

Cho dù nhiều người phê phán anh hơn thua với cuộc đời, giang hồ không biết sợ, chúng tôi vẫn nói với nhau, cái chân tình mới quan trọng, giữa hai kẻ giang hồ này là sự chân tình, bỏ hết vướng mắc bên ngoài, chỉ còn tình bạn.

Tôi rất yêu hội họa, và những lớp học hội họa tại Đại học Fullerton đã cho tôi chút nghề để nhìn tranh, nhận ra cái khốc liệt, mạnh mẽ, chia lìa trong tác phẩm Khánh Trường. Lĩnh vực nào ông cũng đầy tài năng, một cõi riêng, độc đáo.

Tháng Bảy vừa qua, Khánh Trường có ra mắt một tập thơ. Lại một lần nữa, thấy thêm một lĩnh vực khác của một Khánh Trường khác. Nhìn chung, cảnh giới văn chương nghệ thuật của ông là một thế giới rộng mở, đầy tự do và sáng tạo.

Hôm nay, Khánh Trường đã rời khỏi nơi này, xin gởi nơi đây Lời Bái Biệt, chia sẻ nỗi mất mát với chị Oanh, người vợ cam chịu cô đơn trong nhiều năm bên anh. Cảm phục chị.

Hoàng Thị Kim

HOÀNG XUÂN SƠN

GIẤC THỤY

Hoàng Xuân Sơn, Lê Đình Điểu, Khánh Trường

[trước sau gì cũng
 ra đi yên thắm
 bạn ta, khánh trường]

Về những ngày này trôi lãng đãng
Nằm một chốn lụy phiền thăng ca
Hát như chiếc mặc áo lèn chỗ
Ẩn nấp thang âm nếp mạn già

Những mụn vá âm thần phong thổ
Vệt hồng tươi như yêu xa xưa
Chập chờn trong một phiên trác táng
Nhớ đời vui ai gặp mới vừa

Đền đài nguy nga ơi rừng rú
Quá vãng một thời vui anh em
Chuyến đi câu thơ vàng hổ phách
Quán đông vui lên những bực thềm

Ảo ảnh vệt bầm đau thân thể
Cái ngần ngật của trần gian treo
Sợi mỏng tang đêm dài hơn tối
Phù sa bay một đốm lửa nghèo

Như một người đi tìm kỷ vật
Tờ lịch xưa đánh tráo góc mù
Con số nhảy múa trên triền dốc
Đời buồn như một chiếc mộng du

Hoàng Xuân Sơn

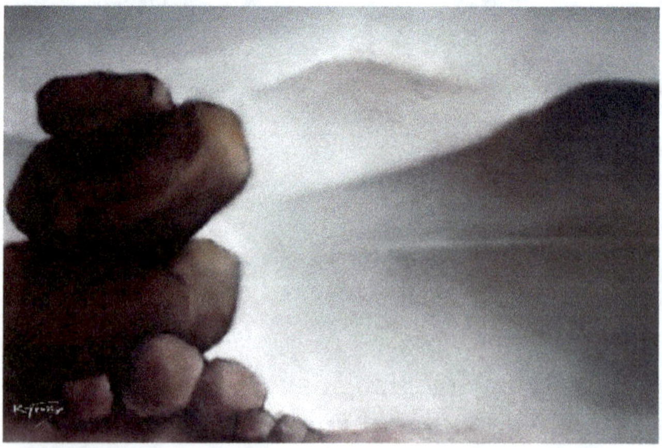

Tranh sơn dầu "Sức Mạnh Của Im Lặng"
của Khánh Trường

HỒ ĐÌNH NGHIÊM

Một Ít Kỷ Niệm

Hồ Đình Nghiêm & Khánh Trường tại phòng triển lãm tranh Đinh Cường Fairfax, Virginia, 1994

Tôi không biết nhiều về Khánh Trường.

Nghe nói trước đây anh đi lính, chọn binh chủng Nhảy Dù. Nhà ở gần Chợ Cồn, Đà Nẵng.

Tôi viết truyện ngắn, gửi đăng báo từ 1980. Khi nhập cuộc sinh hoạt văn chương, cộng tác với các tạp chí in ấn ở hải ngoại, tôi nhìn thấy các minh họa, các tranh trình bày ở bìa ký tên Khánh Trường, đồng thời đọc được đôi ba truyện ngắn…

Cho tới năm 1991, khi anh Khánh Trường đứng mũi chịu sào, cùng một nhóm thân hữu ở California lập ra tờ tạp chí Hợp Lưu, ở xa anh có viết thư tay gửi qua bưu điện, kêu gọi tôi "nhập cuộc". Không quên viết thêm hàng chữ: "Sẽ nổ lớn, mặc chúng chửi, không ngán…"

Tánh tôi cả nể lại ham vui, nên gửi ngay một truyện ngắn, đăng vào Hợp Lưu số ra mắt. Và quả nhiên… bị chúng chửi thật. Một số bạn văn xa lánh. Một số tỏ thái độ "lạnh như tiền" với ít nhiều khi dễ, chẳng thích đứng cùng hàng ngũ chống Cộng với tôi.

Thời gian này, Khánh Trường hứa sẽ in giúp tôi tập truyện ngắn, trình bày bìa, do nhà xuất bản Tân Thư phát hành không lâu sau đó. Và cũng chẳng mấy lâu, Khánh Trường nhờ tôi làm người đại diện cho tạp chí Hợp Lưu tại Montréal (in tên, địa chỉ, số điện thoại ở mặt sau trang bìa).

Năm 1992, tôi gặp mặt và trò chuyện lần đầu tiên, khi Khánh Trường từ California cùng một số văn hữu sang Montréal dự buổi sinh hoạt đánh dấu 35 năm cầm cọ cầm bút của họa sĩ Võ Đình.

Cao lớn, da ngăm đen, tóc khá dài, người khá là vui tính, giọng rổn rảng, cười lớn tiếng…

Khánh Trường nói: Tôi bị ông lừa rồi. Đọc văn ông viết thì có vẻ hoang đàng phá phách sành điệu đủ món ăn chơi mà người ông giờ này trông như một thằng thư sinh hiền ngoan mặt trắng!

Sau đó thì lại gặp nhau ở Virginia hôm họa sĩ Đinh Cường có buổi triển lãm tranh. Quàng vai bá cổ chụp với nhau tấm ảnh và cùng kéo nhau ra hàng quán ăn nhậu xôm trò. Không trao đổi chuyện viết lách, sáng tác này nọ. Chẳng đá động gì tới tờ Hợp Lưu.

Về sau, tôi thưa hẳn việc đóng góp bài vở. Tôi nhìn nhận tạp chí Hợp Lưu mắc phải một lầm lỗi, nó tựa như con đường một chiều, có thể sẽ dẫn về cul-de-sac. Bởi lẽ mong muốn giao lưu văn hóa là chuyện bất khả. Hải ngoại xông xáo mở cửa mà nội địa thủy chung vẫn cửa đóng then cài, vẫn dè chừng và phòng thủ, sợ "văn hóa phẩm đồi trụy, tàn dư độc hại" làm nhà nước bất an. Một cuộc chơi không công bằng, có vào mà không có ra. Thò bàn tay ra bắt, nhưng mãi nắm lấy hư không.

Khánh Trường có ký tặng tôi hai tập truyện: "Có Yêu Em Không?" (1990) và "Chỗ Tiếp Giáp Với Cánh Đồng" (1991).

Tôi thích tập truyện đầu hơn. Nhiệt tình. Chân thật. Và chẳng e dè khi phung phá, đào sâu những mặt tối giữa con người và con thú trộn lẫn trong cùng một thân xác.

Đằng sau những dòng chữ bỏng rát ấy, thấp thoáng hình ảnh một cựu quân nhân, lính thứ dữ của ngòi viết Khánh Trường.

Nếu Khánh Trường từng nhận định về tôi, kiểu "văn không là người", thì ngược lại họa sĩ Khánh Trường chính hiệu, đại diện cho lập luận văn là người, chẳng sai trật. Người ngang tàng ra sao thì văn chuyên chở đủ cái uy lực của chữ viết rất muốn đạp đổ mọi thứ có vẻ đạo đức giả, ưa lột mặt nạ những thói hư tật xấu. Ưa "làm tình" công khai. Truyện ngắn thành công "Có Yêu Em Không?" là một ví dụ.

Khí khái là con người viết văn Khánh Trường. Và can đảm. Điều này, vô tình nhắc tới tạp chí Hợp Lưu là nghĩ ngay tới tên người điều hành nó: Khánh Trường.

Có dạo, mãi về sau, Hợp Lưu trao cho Trần Vũ làm chủ bút, lại chuyển nhượng qua tay Phùng Nguyễn, cả hai ra được đôi ba số thì Hợp Lưu trút hơi thở sau cùng. Để thấy rõ, không ai khác, riêng Khánh Trường mới đích thực là linh hồn của tờ tạp chí mãi chịu hứng "búa rìu dư luận".

Hợp Lưu qua đời, Khánh Trường rút vào bóng tối. Và bất ngờ anh bị bệnh tình quật ngã.

Khách quan, sinh hoạt văn học hải ngoại bớt đình trệ, phần nào nhờ vào sự có mặt của tạp chí Hợp Lưu.

Cùng với một vài người, tôi cám ơn sự xông xáo chẳng mỏi mệt của Khánh Trường, người vẽ ra được một giai đoạn "thử thách" đáng nhớ, đáng ghi công.

Tạp chí Văn, Văn Học, Thế Kỷ 21 sánh không bằng Hợp Lưu, bởi Hợp Lưu luôn đăng tải những sáng tác của các cây bút trẻ, già, từ trong nước gửi ra hải ngoại. Gom được một luồng gió mới. Và đó là lý do duy nhất khi tôi cộng tác theo lời mời của Khánh Trường: Tôi háo hức muốn xem cái viết của người nội địa nó ra sao. Những suy nghĩ "chìm" về thời cuộc luôn bị bưng bít.

Anh Khánh Trường đã vừa mất. Tôi thắp một cây nhang tưởng về người có công gầy dựng ra Hợp Lưu.

Hồ Đình Nghiêm

Tranh sơn dầu "Thất Tịnh" của Khánh Trường

HUỲNH LIỄU NGẠN
VĨNH BIỆT KHÁNH TRƯỜNG

tranh "Dòng Sông Mây" của Khánh Trường

đường xa
bóng đổ dương trần
một linh hồn đã
phong vân lên trời

chiều nay tay với
đôi lời
đưa anh tới giữa
nẻo đời thong dong

có gì trong cõi
mông lung
chỉ là hạt bụi
xoay vòng hóa thân

tiễn anh một đoạn
đường gần
thành muôn kiếp
của nợ nần trả vay

ngoài kia đời
vẫn cuồng quay
đành xin chắp lại
đôi tay cúi chào

trên trời
còn những vì sao
anh nương theo
kẻo lạc vào sắc không

hợp lưu nào
cũng xuôi dòng
trôi ra biển
rồi phiêu bồng về quê.

Huỳnh Liễu Ngạn

Chớp Mắt Khánh Trường

khoảng cách
của một đời người
chỉ bằng cái chớp mắt
của khánh trường
thì cũng vẽ
cũng thơ cũng truyện
rồi xong
búng tay một cái
gấp lại trang sách viết dỡ
vặn lại ống màu
trả lại những bài thơ
những bức tranh
những trang giấy
rút cái ống thở
rồi hợp lưu.

Huỳnh Liễu Ngạn
27.12.2024

KIỀU CHINH

THƯƠNG TIẾC KHÁNH TRƯỜNG

Kiều Chinh & Khánh Trường

Thương Tiếc Khánh Trường, một tài hoa, một tấm lòng với bạn hữu, đặc biệt là công sức đóng góp cho nền văn học nghệ thuật Việt hải ngoại qua tờ Hợp Lưu. Cầu mong anh ra đi bình an.

Kiều Chinh

LÊ AN THẾ

NHÌN TRANH, NHỚ KHÁNH TRƯỜNG

Trái qua phải: Phan Nhật Nam, Khánh Trường (ngồi xe lăn), Lê An Thế, Hoàng Khởi Phong, Cao Xuân Huy, ảnh do Ngô Thế Vinh chụp, 2004, California.

Cuối năm 2004, một buổi tiệc tại nhà Khánh Trường, ở thành phố Westminster, nam California, toàn bằng hữu, nhân dịp Khánh Trường vừa xuất viện sau một cơn tai biến. Vài ngày sau, khi đem in cuộn phim, tôi có tặng Khánh Trường một tấm hình. Anh nhìn rồi cười sặc. Cả năm người, quen biết trước sau chồng chéo. Đều biết cầm súng lẫn cầm bút. Khánh Trường nói, "mấy ông thua tôi, vì tôi còn biết cầm... cọ".

Ở một chỗ vắng, lộ ra, một Khánh Trường họa sĩ.

Phía sau là một bức tranh Khánh Trường hoàn tất trước khi bị tai biến lần hai, 2004. Bức tranh đó không tên. Tôi từng có hai bức tranh sơn dầu của anh. Đều không tên. Vẽ xong một bức và đặt tên, là một khoảng cách. Anh chẳng màng. Tôi không hỏi. Hình như, anh chỉ đặt tên tranh khi có triển lãm, hoặc in thành sách. Một dịp triển lãm riêng, khi vừa hồi sức, anh tập trung hoàn tất trong vòng vài tháng với 40 bức tranh ngay năm 2005. Cũng để kỷ niệm việc trở lại với cây cọ của mình, anh đặt tên loạt tranh này là Phục Sinh. Phục Sinh 1, Phục Sinh 2, Phục Sinh 3. Những con số theo nhau. Cho đến cuối.

Vẽ, là tạo ra vùng mới. Viết, là mở cuộc phiêu lưu. Màu sắc và con chữ luân chuyển. Là một hành trình vô tận.

Trong một bài viết, để tặng Rừng, một họa sĩ, một nhà văn, một lính cũ và một bạn rượu, Khánh Trường viết về những khát khao hội họa của anh, nhan đề: "Bức Tranh Không Bao Giờ Vẽ". Tác phẩm ưng ý nhất là tác phẩm sắp tới, không bao giờ vẽ nổi. Có ấp ủ cả đời người. Vẫn vậy. Nghệ sĩ chỉ là kẻ đuổi bắt. Một giấc mộng không thành.

Không hiểu sao anh phục sinh mau đến thế. Hình như có hai sư cô đến thăm và khuyên anh vẽ lại. Vẽ cần sự tập trung cao độ, không thể để tay run. Một thời gian ngắn, anh đã có thể ngồi trước giá vẽ hàng 4 giờ. Vẽ là thiền. Vẽ là yoga. Vẽ là chánh niệm. Là thể lý trị liệu tâm hồn. Là biến vào bức tranh. Là một vũ trụ hình thành không chữ. Khoảnh khắc đó, có một cái không hợp nhất. Người nghệ sĩ có thể rũ bỏ cái tôi. Biến mất. Giữa một vòng không. Lời khuyên của sư, là một ân huệ. Anh đã tổ chức triển lãm tranh vừa vẽ của mình tại ngôi chùa của hai sư cô đó, cũng trong thành phố Garden Grove. Tôi có tham dự buổi triển lãm này, nhưng không nhớ rõ tên chùa và thời điểm. Nhưng vẫn nhớ rõ cảm giác ngồ ngộ lúc đó khi tôn giáo đụng hàng nghệ thuật. Khánh Trường, một con ngựa bất kham, nhưng cũng có lúc cúi đầu với tiếng chuông kinh kệ. Những bức tranh cũng có dịp đứng cùng đạo pháp. Năm 2011, một cuộc triển lãm khác, anh gọi là Đáo Bỉ Ngạn. Có nghĩa qua bờ bên kia.

Qua bờ bên kia là một thực chứng. Không ai biết được. Không dấu vết. Những kẻ còn đứng bên này, như tôi, thấy trong chiều kích nào đó, một Khánh Trường khác. Tâm nguyện lúc về chiều.

Phảng phất hồn Bát Nhã.

Bức tranh được treo tại phòng khách, ngay trên ghế sofa. Khổ khá lớn, 40 in x 52 in. Sự tĩnh lặng của màu xanh trên diện rộng. Tràn ra khỏi khung. Có thể đây là lần đầu tiên anh sử dụng bột thạch cao với sơn dầu. Nhẹ. Như những dải cồn cát trên sông. Trên biển. Hoặc là hai dải ngân hà vắt ngang trời. Phía trên và khoảng giữa là một trăng, trắng đục, cũng lợn cợn bột thạch cao, chung quanh là một vành đen nhỏ. Nhưng vẫn là một màu xanh chiếm ngự. Một màu xanh cũ. Rất năm xưa. Và trăng cũng cô độc như ta. Như thuở thơ Đường, Khánh Trường vẽ rất nhiều trăng. Từ trăng, nhìn xuống trái đất này, nhiều tỉ người này, nhiều hỷ nộ ái ố này, chỉ be bé một hòn bi xanh như lời một bản nhạc. Với những người vượt biển, Thái Bình Dương có khi là ác mộng lớn. Xa quê hương mười ngàn dặm chiều ngang, đứng ở Thái Bình Dương bên này nhìn qua, bát ngát một màu xanh. Mỗi khi có trăng là trăng phản chiếu. Là kỷ niệm về cố quận. Trăng cũ vẫn theo ta. 2011, Khánh Trường vẽ một bức tên Lệ Trăng, khổ nhỏ. Cũng một trăng trắng đục. Những dòng nước từ trăng đổ xuống. Cả chục dòng. Có khi giữa nửa trời đã chia nhánh. Trăng khóc. Như thác đổ. Khóc trời đất hay khóc nhân gian? Không cần che giấu nữa. Cảm giác đầu của một người xem tranh là im lặng. Là chánh niệm. Là đọc tranh. Rồi cảm tranh. Khung quá nhỏ. Xanh quá lớn. Vẫn lâng lâng. Không thể nắm bắt.

Đối diện với tranh trừu tượng. Hãy rũ bỏ thực tế. Và tưởng tượng.

Tôi thích bức tranh này. Vì lạ. Vì màu xanh của nó. Vì cảm nhận được một thế giới khác cô độc, tôi cảm nhận sự cô độc chính mình. Tôi hỏi mua ngay trong bữa tiệc đó. Không có tiền, tôi giao hẹn, trả góp. Mỗi tháng 500 đô la. Khánh Trường chỉ gật đầu. "Lấy đi." Không giấy tờ. Bức tranh ra khỏi nhà vẫn không tên. Họa sĩ không cần giải thích tác phẩm của mình. Chỉ làm mất đi những phiêu bồng nghệ thuật. Tôi hẹn, nếu sau, sống ở Việt Nam, tôi sẽ mang bức tranh này về.

Vài năm sau, tôi không nhớ rõ chính xác thời gian, một cuộc triển lãm của hội họa Việt Nam toàn cầu ở quận Cam, California. Mỗi họa sĩ một bức. Khánh Trường đã mượn lại bức này để trưng bày. Khi chở đến nơi triển lãm, ngẫu hứng, tôi đặt tên cho bức tranh này: "Nơi tôi tới đêm qua".

Sau tai biến lần thứ nhất 2001, thì 2004 là tai biến thứ hai. Cho đến lúc này, Khánh Trường thoát chết 5 lần. Hai lần bị thương ngoài mặt trận, một lần vượt biển, hai lần tai biến. Cũng có thể, còn những lần khác tôi không biết, hoặc Khánh Trường không kể, hoặc chỉ là con số lẻ. Những và những. Chuyện nhỏ dọc đời. Hai lần bị thương, dấu vết là những mảnh đạn thời chiến vẫn còn trong thân thể. Hai lần tai biến, kỷ niệm là chiếc xe lăn. Một lần vượt biển, là một duyên phận khác, gặp và sống với chị Oanh trên trại tị nạn 1987. Suốt 37 năm, cho đến giờ cuối.

Tôi biết Khánh Trường khoảng năm 1990, lúc đó, anh và chị Oanh đã thành vợ chồng chính thức, sống tại một căn nhà nhỏ, cùng thành phố Garden Grove, cách tôi chừng vài phút lái xe. Lúc đầu là gặp ở quán cà phê, rồi bàn nhậu. Khánh Trường chịu nhậu cũng như chịu chi, sẵn sàng ồn ào, văng tục chửi thề, và nếu cần cũng rất du côn, gây sự với cả những đàn anh lớn tuổi. Tôi biết loáng thoáng, anh sống bằng nghề trình bày sách báo băng nhạc. Lúc đó người Việt đã tập họp khá đông ở California. Những người tị nạn vừa chân ướt chân ráo đến một xứ sở tự do, họ thích viết, thích hát hơn bình thường. Kết quả là, sách báo và băng nhạc lan tràn, bày đầy chợ búa. Khánh Trường, một người ngăn nắp, sạch sẽ, hiệu quả. Tiêu chuẩn nhanh, đẹp, rẻ. Cả chiều tối đi nhậu, nhưng chỉ một đêm, anh có thể trình bày xong cả hai dĩa nhạc, mỗi dĩa như vậy, hơn một tuần lương của người lao động.

Ở nửa cuối thập niên 1980, bắt đầu có những chuyển động tại các nước xã hội chủ nghĩa. 1985, Gorbachev lên làm Tổng Bí Thư đảng Cộng sản Liên Xô, bắt đầu những chương trình mở cửa và tái cấu trúc. Ở Trung Quốc cuối xuân 1989 đã có những đoàn thanh niên sinh viên biểu tình tràn ngập quảng trường Thiên An Môn. Thậm chí họ còn làm một mô hình tượng Nữ Thần Tự Do cỡ nhỏ của Mỹ diễu hành chung quanh quảng trường. Ở thành phố Leipzig, Đông Đức, trước khi bức tường Bá Linh sụp đổ, cả 50 ngàn người đã thắp nến ngoài công trường trong đêm. Ở Việt Nam, từ 1986, đã có những cánh cửa mở cho kinh tế tư nhân và cởi trói văn nghệ, với khẩu hiệu rất khẩn cấp là: "Đổi mới hay là chết".

Một loạt những tác phẩm và tác giả tài năng mới ở Việt Nam xuất hiện. Cái bóng của Nhân Văn Giai Phẩm đầu thai. Nhìn từ xa, Việt Nam hoa vẫn nở.

Từ 1975 cho đến lúc đó, tôi đã sưu tập một số lượng khá lớn sách báo từ Hà Nội, cả trước và sau 1975. Kể cả tạp chí Học Tập, tạp chí Cộng Sản. Kể cả những quyển sách bàn về "Chủ Nghĩa Bành Trướng Của Bọn Bá Quyền Bắc Kinh". Nhưng từ 1986-1989, là một sự chuyển mình. Tôi có được những tác phẩm của Dương Thu Hương, Phạm Thị Hoài, Nguyễn Huy Thiệp, những số tuần báo Văn Nghệ giấy úa vàng, như trái tim của văn học trong nước lúc bấy giờ. Cũng từ khoảng thời gian đó, tôi có tiếp được tại nhà những nhân vật văn hóa nổi tiếng từ trong nước. Như Trần Quốc Vượng, Hoàng Ngọc Hiến, Đặng Phong, Huệ Chi... và khá nhiều văn nghệ sĩ khác. Có người ghé qua một buổi, nhưng đa số đều ở lại vài ngày, một tuần, đôi khi cả tháng. Tôi nghe và học nhiều từ họ. Tôi đóng góp tất cả những điều có thể cho nhóm thực hiện tuyển tập Trăm Hoa Vẫn Nở Trên Quê Hương", tài liệu, thời gian, địa điểm, bài vở. Những buổi họp liên lục kéo dài từ nhà này sang nhà khác. Tháng 9-1990, tuyển tập này ra đời, dày 800 trang, khổ lớn, 27 tác giả ngoài nước, 79 tác giả trong nước.

Tuyển tập gây được tiếng vang rất lớn. Nó cố xóa bỏ lằn ranh quốc cộng, trong ngoài. Trong nước, tôi không biết. Nhưng ở bên ngoài, có những người vượt xa hơn sự phản biện, thành vu khống và chụp mũ. Thậm chí họ biểu tình, kéo lê quyển sách này quanh phố Bolsa, và cuối cùng đốt sách. Đốt lửa giữa ban ngày. Từ 1975 đến 1990, suốt 15 năm ấy, một bi kịch hòa bình của Việt Nam. Hàng triệu người bỏ nước tìm tự do, đường bộ, đường biển. Hàng trăm ngàn người bỏ xác dọc đường, trên biển. Những người chết vì bão, vì tàu chìm, vì đói bệnh, vì hải tặc. Chắc chắn không rõ con số là bao nhiêu. Nhưng đã có những ước lượng lên cả nửa triệu người. Hầu hết những người lên đến bờ, đều biết, đều quen hoặc chính họ, là nạn nhân hải tặc. Một cái giá rất lớn. Tôi có một số thơ về chuyện này, lúc ấy bút hiệu là Lê Bi, *"đứa con hoang trong trại tị nạn, mà mẹ chỉ biết cha nó là từng đoàn hải tặc Thái Lan."* Có thể hiểu, thậm chí thông cảm với những cực đoan của người chống cộng, nhưng chỉ khác ý kiến, đã giơ bóng ma Tần Thủy Hoàng lên dọa. Tuyển tập này, chuẩn bị rất công phu, tâm huyết, hầu hết mọi người đều bỏ thêm tiền túi vào làm, nhiều đêm ngày mới xong. Khánh Trường lúc ấy, đứng ngoài, nhưng rất ủng hộ việc làm này. Chúng tôi không sợ, thì Khánh Trường, với tính ngang tàng, càng không sợ.

Một thời gian ngắn sau, Khánh Trường gặp mặt vài cây bút sáng tác trong vùng, anh nói vừa có một số tiền chừng 6 ngàn đô, anh muốn ra một tạp chí văn học như tinh thần của tuyển tập Trăm Hoa Vẫn Nở Trên Quê Hương, anh cần sự ủng hộ về tinh thần, bài vở, và đặc biệt là tài chánh, vì số vốn khởi đầu khá lớn, và báo phải trụ lâu. Một tạp chí 2 tháng mỗi số, khổ khỏ. Anh chỉ cần 6 người cam kết ủng hộ, 200 đô cho mỗi số báo, không điều kiện, đủ một năm, nếu báo không sống nổi thì thôi. Rồi Khánh Trường đi Pháp, lên Washington DC, tới San Jose vận động, được rất nhiều ủng hộ. Riêng ở quận Cam, tôi chỉ biết sau một số cuộc họp ở nhà Nhật Tiến, hoặc nhà tôi, có 3 người là Nhật Tiến, Lê Thứ và tôi cam kết ủng hộ giúp tiền đủ 6 số. Những người khác tôi không rõ, không ai nói và cũng không ai hỏi. Chính Khánh Trường cũng không bao giờ nói ra hoặc làm sổ sách, hoặc thông báo về điều này. Không một ai thắc mắc. Đóng tiền ủng hộ chỉ là một chuyện vác ngà voi nhẹ nhất. Chỉ một thời gian ngắn sau, tôi tình cờ biết, số tiền Khánh Trường kiếm được là nhuận bút một quyển dâm thư Qua Khe Hở, ký tên Tống Ngọc. Người chủ nhà xuất bản, cũng là một tiệm sách ở Bolsa, là nơi quen biết cả. Sách cháy hàng, tục bản. Sách tục bản, cháy hàng. Họ đốc thúc Tống Ngọc tiếp tục. Có thể, thập niên 1990, hai quyển sách bán chạy nhất ở cộng đồng Việt Nam hải ngoại, một là Qua Khe Hở của Tống Ngọc, và hai là Tháng Ba Gãy Súng của Cao Xuân Huy. Khánh Trường chỉ cười hặc, rất Tống Ngọc, không vậy thì tiền đâu làm báo.

Thoạt đầu, theo ý Khánh Trường, tên báo là Giao Lưu, một cái tên đầy thách thức. Nhưng Khánh Trường bất chấp. Thực sự, đây là một tờ báo một mình Khánh Trường thực hiện. Trong nhóm, anh là người duy nhất không bận đi làm hãng xưởng. Chọn bài, đánh máy, trình bày, bìa, sổ sách, bưu điện, danh sách độc giả đều một tay anh. Công việc tôi hay làm, là thỉnh thoảng tới nhà anh, đọc lại, và sửa chữa chính tả, phần Khánh Trường yếu nhất. Ngay trước khi số ra mắt, anh làm xong tất cả, chuẩn bị đem in, thì anh Nhật Tiến gọi điện thoại, theo đề nghị của Nhật Tuấn, một nhà văn trong nước, em ruột Nhật Tiến, và là người ủng hộ đổi mới, đổi tên báo là Hợp Lưu. Những giòng chảy hợp lại, về một phía. Nhiều ý nghĩa hơn. Và ít khiêu khích hơn. Khánh Trường đồng ý ngay, và cũng nhờ Nhật Tiến đêm đó gọi điện thoại hỏi ý nhóm chủ trương. Không ai phản đối.

Tháng 10-1991: Hợp Lưu số 1.

Tháng 12-1991: Liên Xô sụp đổ.

Một chấn động lớn của các quốc gia xã hội chủ nghĩa. Nhưng những tia sáng cuối đường hầm đã không đến với tất cả. Lá cờ của chủ nghĩa cộng sản rất kêu gọi, thậm chí là cao cả. Nhưng khi chiếm được quyền hành, thì xã hội chủ nghĩa chỉ là những thí dụ đau lòng và quá đắt. Chủ nghĩa dân chủ đã thắng. Nhưng cho đến bây giờ không phải làm một chiến thắng toàn diện. Lịch sử đã không kết thúc nóng vội như sự tiên đoán của Fukuyama. Thế giới này vừa đa cực, vừa đầy hỗn độn. Ở Trung Quốc, "chú lùn ở Bắc Kinh", Đặng Tiểu Bình, đã ra lệnh cho chiến xa và quân đội thẳng tay giày xé đàn áp những thanh niên tại Thiên An Môn đầu tháng 6-1989. Cả chục ngàn thanh niên sinh viên Trung Quốc bị giết, bị thương, bị bắt. Đủ ác, đủ nhẫn tâm, nhưng lại tạo ra sự trật tự cho Trung Quốc. Cụm từ "chú lùn ở Bắc Kinh", không mới mẻ, mà có từ cuộc chiến Đông Dương lần 3, người anh em phương nam đã gọi Đặng Tiểu Bình một cái tên khá đúng chiều kích, khi ông này công khai đòi dạy Việt Nam một bài học. Những nước anh em xã hội chủ nghĩa, hay giương cao ngọn cờ cách mạng, thách thức chủ nghĩa tư bản "ai thắng ai", đã chuyển ra đối xử với nhau, thành ai dạy ai, và kết quả là ai học ai. Không rõ mèo nào thắng mèo nào, nhưng mỗi bên cả trăm ngàn lính thương vong. Về mặt quân sự, rõ ràng Trung Quốc thất bại. Nhưng Đặng Tiểu Bình đã mau chóng học ra điều này. Ông đã cải cách kinh tế và hiện đại hóa quân đội. Và mở cửa với Mỹ. Việt Nam vẫn cô lập trong những ngạo mạn của chiến tranh. *"Ta đã đánh cả 3 thằng đế quốc."* Mấy năm sau, lần này Việt Nam mới len lén ngẩng lên, học lại chú lùn phương bắc. Bài học mở cửa, nhưng cũng chỉ he hé, từ từ. Và vẫn giữ chặt quyền lực.

Như vậy, trong cái cõi nhân gian bé tí của người Việt ở nước ngoài, Hợp Lưu càng đúng hơn nữa. Bài vở ngày mỗi nhiều. Số độc giả cũng tăng. Sau này, một số tác giả gởi bài từ Việt Nam, dĩ nhiên là lén lút, không hề biết Hợp Lưu có đăng hay không. Có khi, tình cờ, cả nhiều năm sau mới thấy bài viết của mình có trên Hợp Lưu.

Ở Hợp Lưu số 1, Khánh Trường đứng tên chủ biên. Sang số 5, tháng 6-1992, có thêm Phan Tấn Hải, Phạm Việt Cường phụ tá, tôi (bút hiệu Hoàng Sử Mai) phụ trách nghiên cứu lý luận. Nhưng, Khánh Trường là người chỉ thích văn nghệ, nếu có nghiên cứu, thì chỉ là nghiên cứu bình luận văn học, hoặc sử học, hoặc triết học. Còn những thứ khác, như chính trị, kinh tế… thì anh không thích. Anh thường nhạo "nghiêm và buồn" quá, mất vui. Bài vở càng nhiều, đủ dày hơn hai số báo bình thường. Được thêm vài số, tôi đề nghị với anh em, tôi tách ra phụ trách tạp chí Đối Thoại và sau đó, nhà xuất bản Trăm Hoa, chuyên trị các chuyện "nghiêm và buồn". Thế là rộng chỗ, ổn với mọi người.

Trước khi bị tai biến 2001, Khánh Trường đã mang nhiều bệnh. Cao máu, yếu thận. Anh hút thuốc nhiều, suốt ngày cà phê và rượu. Một chỗ yếu và cũng đáng yêu, là Khánh Trường không có khả năng từ chối các buổi bạn bè có rượu. Có khi rủ anh đến nhà, anh kẹt đi với chỗ khác. Tôi tiếp tục rượu tại nhà, với những bạn khác. Nửa đêm, có tiếng chuông gọi cửa, tưởng cảnh sát, hóa ra là Khánh Trường, theo sau là cái bóng gầy khum của Mai Thảo, một người không biết lái xe, Khánh Trường rất thương. Anh nói đi qua, thấy trước cửa nhà tôi vẫn còn nhiều xe đậu, đèn vẫn sáng, nên dừng lại. Cả hai vào uống tiếp.

Vì sức khỏe, luôn ngồi xe lăn, từ số Hợp Lưu 68, tháng 12-2002, Phùng Nguyễn làm chủ bút. Được một thời gian, Hợp Lưu số 76, tháng 4-2004, chủ biên là Trần Vũ. Đến số Hợp Lưu 83, tháng 6-2005, là số cuối Trần Vũ còn đứng tên chủ biên. Ở số Hợp Lưu 84, theo dự định, là số chuyên đề về "Màu Da và Ngôn Ngữ", do Nguyễn Hương và Đặng Thơ Thơ cùng chủ biên.

Lúc đó người Việt, sau 30 năm tập họp đông đảo ở nước ngoài, đã có những vươn lên, ổn định về kinh tế, văn hóa. Doãn Quốc Sỹ có nhận xét, hai biến cố quan trọng nhất thế kỷ 20 của Việt Nam, một là, việc sử dụng mẫu tự La-tinh cho chữ Việt, và hai là, có cả 2 triệu người du học ở các quốc gia tiên tiến nhất. Hiệu ứng phụ của thực dân Pháp (cộng với truyền giáo) và thành công trong việc thắng Pháp, Mỹ, Tàu và chủ nghĩa xã hội ở Việt Nam. Nhưng dù có du học, hoặc "du sống" của đông đảo người Việt, thì tập họp của họ vẫn có một màu da quá vàng. Cạnh một nền kinh tế, chính trị, văn hóa, màu da quá trắng. Dù có thành công, hoặc sinh ra tại đó, nhưng vẫn là một màu da vàng. Khác. Những câu hỏi về Da Màu, là một cần thiết, phải có những cái nhìn cả chiều sâu, chiều rộng.

Nhưng Hợp Lưu 84 là một rẽ ngoặt. Bất ngờ. Vỡ nội bộ. Nguyễn Hương, Đặng Thơ Thơ và một số những người cộng tác công khai từ nay không hợp tác với Hợp Lưu nữa. Khánh Trường cũng thế. Anh cắt đứt, hoàn toàn. Không nhìn. Xem như tờ báo mình gầy dựng, Hợp Lưu đã chết. Từ số 84, Hợp Lưu chỉ là một "da hàng thịt", cái logo, chữ bìa y hệt như vậy, nhưng bên trong chỉ là một Hợp Lưu với những người cộng tác... từ xa.

Một lần, Khánh Trường thổ lộ với tôi, đây là một thất vọng, đau đớn nhất đời anh.

Đặng Thơ Thơ, khoảng 2006, có đến nhà tôi, nói về dự định về một tờ báo mạng mang tên Da Màu, mà cô trong nhóm chủ trương. Lúc đó, vì lý do trầm cảm cá nhân, tôi đã ngừng sáng tác nhiều năm, có nói với Thơ Thơ là nếu làm văn nghệ, cứ làm hay, đẹp và nghiêm túc trước đã. Những dị biệt, xung khắc tạm qua một bên. Cái đẹp sẽ cứu vãn thế giới, như Dostoevsky trong tác phẩm Thằng Khờ. Hoặc ít ra, chúng ta có quyền sống, quyền tin như vậy.

Khoảng vài ngày sau, tôi làm được một số thơ. Gởi Da Màu. Phút cuối cùng trước khi gởi đi, tôi bất chợt lấy một bút hiệu khác. Không biết tại sao. Thế thôi. Một lần, 2015, khi về Việt Nam, Phùng Nguyễn có lên nhà tôi ở Đà Lạt một đêm. Nghe tâm sự, mới biết anh cũng là người tình nguyện đi lính 1968 như tôi, bị thương rất nặng ở Quân khu 1, vì đạp mìn chống cá nhân ở chân phải, vết thương chằng chịt đến bây giờ. Tôi đùa với Phùng Nguyễn: Da Màu và Đặng Thơ Thơ đã đẻ ra Lê An Thế.

Cũng đúng thôi. Phải không Nguyễn?

Chỉ hơn tuần sau, khi về lại Mỹ, Phùng Nguyễn đột tử.

Vào một đêm ngay đầu năm 2025, con gái tôi từ Mỹ gởi cho tôi ở Việt Nam một tin nhắn: "Khánh Trường cha của Annie vừa chết." Con gái Khánh Trường tên An. Trường An, mà mọi người gọi là Annie. Con gái tôi cũng tên An. Thế An. Cả hai, sinh ra cách nhau vài tháng năm 1991, quen và thân nhau lúc bé. Lúc chập chững biết đi và biết nói. Cả hai có thể quấn quít nhiều giờ, không bao giờ lớn tiếng cãi cọ, giành giựt, khóc nhè.

Tin nhắn gọn. Đến Việt Nam lúc nửa đêm. Tôi biết ngay một điều có thật. Lần này có thật.

2001, khi Khánh Trường từ phòng cấp cứu ra ngoài, một bệnh viện ở thành phố Fountain Valley, anh nằm lịm trên tấm khăn trải giường đẫm máu. Chắc ít ai trong đời phải nằm trên vũng máu của mình nhiều lần. Những tình huống khác nhau. Ở những chốn xa nửa vòng trái đất như thế. Hầu hết mọi người, dù không nói ra, đều tin Khánh Trường chắc không còn nhiều thời gian nữa. Anh uống thuốc, khám bác sĩ, đi bệnh viện như chuyện thường ngày ở huyện. Từ 2011, thận của anh đã đến chỗ tệ nhất, mỗi tuần phải đi bệnh viện lọc máu 3 lần. Mỗi lần cả buổi. Bạn bè đến thăm phải dè chừng, anh nói năng rất khó. Thỉnh thoảng tổ chức một buổi ăn tại nhà anh, mời vài người bạn, những người bạn bè trong vùng, như Rừng, Ngô Thế Vinh, Cung Tích Biền, Phan Tấn Hải, Thân Trọng Mẫn, tôi… đều có mặt. Đầu năm 2023, từ Việt Nam, tôi có ghé qua, anh đã rất yếu, xanh, gầy, nói không ra hơi. Và có nói cũng chỉ thều thào, muốn chết quá.

Muốn chết quá. Nhưng anh vẫn sáng tác. Bàn làm việc computer, ngay cạnh cửa ra vào, của anh vẫn ngăn nắp. Một ngạc nhiên khác, là anh vẫn viết và in được nhiều tiểu thuyết. Lúc đó tôi thấy có 3 quyển, in năm 2022, đều trên 200 trang, in và trình bày rất chuyên nghiệp. Hóa ra đó là lần chót.

Lần này
Khánh Trường chết thật.
Rất thật.

oOo

Tôi hay thức giấc lúc khuya, uống rượu một mình. Ngay phòng khách treo bức tranh của Khánh Trường, đã 21 năm như vậy. Từ Garden Grove, đến Vũng Tàu, rồi Đà Lạt và bây giờ, tại Saigon. Đơn giản và trân trọng. Nhờ vào quyển Khánh Trường Oil

Paintings, nhà xuất bản Nhân Ảnh, 2018, tôi mới biết, anh đặt tên bức tranh này là "Giang Nguyệt". Vẫn là một màu xanh rộng. Lan dần. Và vành đen nhỏ quanh trăng, hiện thành một vành tang đen. Trong tĩnh mịch khác thường ngay đêm đầu năm 2025, tôi cố thức thêm một chút, say thêm một chút. Tôi đã giữ được lời hẹn của mình với Khánh Trường là đem bức tranh này về Việt Nam. Và hơn một chút, hy vọng là đúng ý, như những dòng cuối trong bài viết Bức Tranh Không Bao Giờ Vẽ của Khánh Trường: *"... tôi là một họa sĩ Việt Nam, vẽ với sự rung động của một trái tim Việt Nam, bằng trùng trùng những kỷ niệm phát sinh từ một đất nước mang tên Việt Nam."*

Giang Nguyệt, tranh Khánh Trường, California 2004, 40 in x 50 in

Lê An Thế

Saigon, tháng 1-2025

LÊ CHIỀU GIANG
LÂM CHUNG

tranh "Tĩnh Vật" của Khánh Trường

Gửi chị Thạch Thu Oanh

Ta đi khơi khơi. Đã
Đến cuối đường
Nắng sớm.
Gió chiều
Thổi bay phố xá
Mổ trái tim xem:
Không gì trong đó

Mở đôi bàn tay
Những thứ chẳng còn

Nhưng ta biết hết
Xa nơi tối tăm
Là nơi thế nào rồi ta cũng đến
Là nơi
Chúng ta chẳng bao giờ hẹn
Là nơi đã sẵn cho một chỗ nằm

Nấn ná mãi...
Rồi đời cũng hết
Dù cứ tưởng rằng. Sống
Đến trăm năm

Lê Chiều Giang

tranh "Vọng" của Khánh Trường

LÊ ĐÌNH YSA

KHÁNH TRƯỜNG - ĐAM MÊ MIỆT MÀI

Từ trái: Ysa, Họa sĩ Nguyễn Việt Hùng, Đỗ Lê Anh Đào và nhà văn / họa sĩ Khánh Trường tại cuộc triển lãm "Phục Sinh" tháng 2/2006 tại phòng sinh hoạt Nhật Báo Người Việt.

Khoảng thời gian bắt đầu vào đại học, ngoài những lúc phải học những bài sinh hóa khô khan, tôi tìm đến văn chương tiếng Việt qua các tạp chí như Văn Học, Văn, và Hợp Lưu. Khác với Văn và Văn Học vốn mang không khí "cổ điển", Hợp Lưu, với chủ biên sáng lập là nhà văn Khánh Trường, bung mở một cánh cửa đón nhiều cây bút mang phong cách táo bạo, thể nghiệm, trong cả hai lãnh vực thơ và văn, đến từ trong và ngoài Việt Nam. Gặp nhiều chống đối vào những năm đầu vì có sự góp mặt của những nhà văn trong nước, nhưng Khánh Trường vẫn bất chấp, tiếp tục xây dựng Hợp Lưu thành một diễn đàn văn chương mở rộng vì "các thể chế chính trị rồi sẽ qua đi, nhưng văn học nghệ thuật sẽ còn tồn tại dài lâu, nhiệm vụ của chúng ta hôm nay là phải tìm cách bảo tồn, xiển dương những giá trị kia, không phân biệt phe phái, chính kiến." (trả lời phỏng vấn của Đỗ Lê Anh Đào trên damau.org, ngày 22 tháng 9 năm 2006).

Nhớ về chú Khánh Trường là nhớ lần đầu dự triển lãm tranh của chú. Tôi không nhớ chính xác địa điểm mà chỉ nhớ rất nhiều tranh khổ lớn treo đặc kín phòng, đụng cả trần! Hầu hết là tranh khỏa thân. Một số bức sau này lên bìa của Hợp Lưu. Sau đó nhiều năm, chú bị tai biến và ung thư cuống họng. Bạn bè nhiều người nghĩ chú sắp "giã từ", nhưng chưa! Người nghệ sĩ vẫn là con tằm tiếp tục nhả tơ. Chú tiếp tục xuất bản sách, tái bản, rồi tiếp tục vẽ, dù đánh máy và cầm cọ khó khăn hơn trước rất nhiều. Năm 2006, Hội Văn Học Nghệ Thuật Việt Mỹ (VAALA) tổ chức một cuộc triển lãm solo tranh Khánh Trường mang chủ đề "Phục Sinh," nên tôi có dịp làm việc với chú, đến nhà ăn cơm cùng cô chú và xem tranh. Tranh của Khánh Trường lần này khổ nhỏ hơn và nghiêng về trừu tượng. Lúc đó chú đã phải ngồi xe lăn và đi lọc máu mỗi tuần. Rất mệt, nhưng chú không chịu về nhà nghỉ mà chỉ muốn ở lại phòng tranh suốt ngày, và nụ cười luôn nở trên môi. Trong những năm sau này, cho dù bệnh ngày càng nặng, và có những lần tưởng không qua khỏi, chú vẫn cho ra đời đều đặn những tuyển tập truyện ngắn, tạp bút, tiểu thuyết, và thơ. Một sự đam mê chữ nghĩa và sức sáng tác mãnh liệt, bền bỉ!

Những thế hệ mai sau khi tìm về hành trình văn hóa của người Việt di dân, chắc chắn sẽ bắt gặp dấu ấn độc đáo của Khánh Trường – một người nghệ sĩ không chỉ sáng tạo, mà còn sống để thách thức mọi giới hạn.

Lê Đình Ysa

LÊ HÂN

GIAO LƯU VỚI KHÁNH TRƯỜNG TỪ 2016 ĐẾN 2024

Nguyễn Tài Ngọc, Lê Hân, Khánh Trường, Thành Tôn trong phòng triển lãm tranh Khánh Trường tại tòa soạn Việt Báo, 2018

Thời chưa quen Khánh Trường

Tôi được may mắn có học bổng qua Mỹ từ năm 1967 và thời đó chỉ biết lo học, học xong lo đi làm rồi lo cho gia đình, con cháu nên không có giờ nghĩ đến chuyện văn chương, mặc dù thời nhỏ cũng có làm thơ lai rai nhưng thích nhất là âm nhạc.

Mãi đến gần những năm sắp về hưu mới bắt đầu giúp anh tôi, thi sĩ Luân Hoán, in mấy tập thơ và tái bản cuốn Tác Giả Việt Nam do anh sưu tập. Anh Song Thao, bạn với anh Luân Hoán lúc đó đã có 3 cuốn Phiếm (1, 2 và 3) và cũng nhờ tôi lo việc in ấn vào năm 2001.

Thời gian này chỉ biết in cái ruột tại nhà, bìa in ở các nhà in ở ngoài rồi nhờ một công ty chuyên về đóng gáy, họ làm khá đẹp nên cuốn sách thành hình khá tốt đẹp.

Kể từ đó thú vui chơi với sách bắt đầu và anh Luân Hoán lập ra nhà xuất bản Nhân Ảnh để lo in sách cho Luân Hoán và Song Thao là chính.

Một thời gian ngắn sau, nhà văn Hoàng Chính nhờ in mấy tập truyện ngắn, nhạc sĩ Trường Sa, nhạc sĩ Phạm Mạnh Cương, nhạc sĩ Phan Ni Tấn nhờ in tuyển tập nhạc. Chúng tôi có tổ chức nhiều buổi ra mắt sách cho các tác giả này ở Mississauga, Ontario, Canada rất vui và thành công.

Năm 2005 tôi về hưu và dọn nhà từ Canada về lại San Jose, California. Công việc in ấn thủ công này tiếp tục vì tôi quen được với một nhà in người Việt ở San Jose, họ in sách cho các anh Luân Hoán, Song Thao, Lâm Hoàng Mạnh với số lượng ít, một hình thức văn nghệ thôi và tôi gởi bưu điện về Canada cho anh Luân Hoán và Song Thao, về London cho anh Lâm Hoàng Mạnh.

Đây là một ít bìa sách do anh Luân Hoán, Tạ Quốc Quang và tôi thiết kế:

Phiếm
1
song thao

SONG THAO
CHỐN CŨ
TẬP TRUYỆN

Phiếm
song thao
2
NHÂN ẢNH

hoàng chính
chữ tình

Đặc San
Trung Vương
Chu Văn An
Toronto
Xuân Nhâm Ngọ - 2002

ĐẶC SAN
PHAN CHÂU TRINH
Lớp 1958 - 1965

LÂM HOÀNG MẠNH Dịch
NHỮNG LỰA
CHỌN KHÓ KHĂN
HARD CHOICES
HILLARY RODHAM CLINTON

MAI KHẮC ỨNG
HUẾ
MỘT THUỞ KINH ĐÔ

Idioms & Proverbs
Handbook
Sổ Tay
Thành Ngữ & Tục Ngữ
Việt - Anh
Anh - Việt
LÂM HOÀNG MẠNH
LÂM HOÀNG LONG
LÂM HOÀNG LÂN
NHÂN ẢNH
XUẤT BẢN

"Nước Mắt Của Rừng" – bìa sách đầu tiên do Khánh Trường thiết kế cho Nhân Ảnh năm 2013

Vào cuối năm 2012, sau khi giúp Bác sĩ Lâm Hoàng Mạnh ở bên Anh Quốc phát hành cuốn: *"Sổ Tay Thành Ngữ & Tục Ngữ - Idioms & Proverbs Handbook – Việt Anh / Anh Việt"*. Cuốn sách này do tôi dàn trang và anh Tạ Quốc Quang làm bìa theo hình thức của các cuốn Phiếm 1 – 10. Anh Mạnh nhờ tôi gởi tặng một cuốn cho anh Tưởng Năng Tiến ở cùng thành phố San Jose với tôi.

Sau khi biết được tôi đang điều hành nhà xuất bản Nhân Ảnh, anh Tiến muốn nhờ tôi giúp thực hiện cuốn *"Nước Mắt Của Rừng"*, tác giả cuốn này là cô Trần Thị Trung Thu (bút hiệu Amai B'Lan), còn rất trẻ, đang lo dạy và giúp đồng bào Thượng ở Tây Nguyên Việt Nam. Bản dàn trang do tôi làm đã xong, chỉ cần người làm bìa rồi bên Nhân Ảnh lo in và phát hành. Anh Tiến chơi thân với Khánh Trường nên đã nhờ Khánh Trường làm bìa, đây là cái bìa đầu tiên anh Khánh Trường lo giúp cho Nhân Ảnh:

Bìa "Nước Mắt Của Rừng" do Khánh Trường thiết kế năm 2013, sách tự in nên chưa có barcode và số ISBN như bây giờ

Tôi còn giữ cái email của anh Tiến viết vào ngày 8 tháng 3 năm 2013 cho Khánh Trường sau khi nhận được bìa do Khánh Trường gởi, hai anh này thân thiết nên viết rất tự nhiên:

"Hi KT
Cảm ơn ông về cái bìa cho cuốn sách NMCR. Tác giả còn nhỏ hơn con trai tui và con gái ông một tuổi. Vậy mới biết mình già.
Và càng già thì ông vẽ càng tới.
Hôm trước Tết cháu Mi có khoe tui một chai XO Hennessy. Tui biểu con mang biếu cậu Khánh Trường đi. Nó nói sợ "bả la làng".
Tui chơi hết nửa chai, còn phân nửa mang về San Jose, có mang chia với anh Lê Hân và anh Hoàng Xuân Sơn.
Tui thì không có nhà cửa gì nhưng nhà anh Hân rất đẹp và rộng. Bữa nào, ông theo xe đò lên đây vài bữa. Tui sẽ thù tiếp đàng hoàng, và chu đáo.
Lâu rồi, tui không đ... mẹ hay đéo bà gì nữa vì không có ai nghe mình chửi.
tnt"

Nhìn bìa sách là tôi thích ngay. Cuốn sách này chỉ in với số lượng rất ít, chi phí do bạn bè đóng góp như Phan Ni Tấn, Phạm Phú Minh, Từ Khanh, Lâm Hoàng Mạnh, Lê Nguyễn Hằng, Tưởng Năng Tiến, Lê Hân, v.v... và tiền bán được gởi về cho Trung Thu ở Việt Nam để cô ta lo giúp đồng bào Thượng. Nhưng một thời gian ngắn sau, tác giả cho biết chính quyền Việt Nam xem cuốn sách này thuộc loại nhạy cảm nên cô bé Trung Thu phải viết vội cho chúng tôi đừng phổ biến nữa để cô ta khỏi bị liên lụy.

Trong những năm kế tiếp, 2013 – 2015, Nhân Ảnh tiếp tục in sách theo lối thủ công này cho các anh Luân Hoán, Song Thao, Lâm Hoàng Mạnh, Ngô Thụy Miên (tập nhạc Tình Khúc Ngô Thụy Miên), Nguyễn Đông Giang, Hoàng Chính, v.v... Các bìa sách do tôi hay anh Tạ Quốc Quang, hay anh Luân Hoán thực hiện.

Mãi cho đến năm 2016, tôi khám phá ra việc in sách theo lối POD (printing-on-demand) trực tiếp với Amazon, tức là CreateSpace (hay KDP) nên hai anh Luân Hoán và Song Thao quen với Khánh Trường qua tạp chí Hợp Lưu, bảo tôi liên lạc với Họa sĩ Khánh Trường để nhờ Khánh Trường lo làm bìa sách.

Thời gian đó Khánh Trường đã bị tai biến và ngồi xe lăn, anh không nói chuyện qua phone được, nên chúng tôi liên lạc với nhau qua emails.

Khánh Trường làm bìa với phần mềm Corel và đã có sẵn tranh của anh nên anh làm bìa rất nhanh và rất nghệ thuật.

Tôi là người mê sách, hơi méo mó nghề nghiệp rất thích những bìa sách đẹp, nên gặp Khánh Trường như cá gặp nước.

Anh Song Thao có một người em trai ở Houston, tên là Tạ Quốc Quang. Anh Quang giỏi về kỹ thuật và cũng biết sử dụng Corel nên lúc Khánh Trường làm xong bìa với dạng Corel thì anh Quang lo chỉnh lại cho đúng với template của nhà in rồi mới nộp in được.

Có một dịp hai anh em anh Song Thao và Quang qua thăm Khánh Trường và mua tặng cho Khánh Trường một computer mới để dùng với cái monitor lớn mà tôi đã gởi tặng anh Khánh Trường nên anh Khánh Trường rất vui và hăng say với công việc viết lách cũng như thiết kế bìa sách.

Hai anh em Song Thao (Tạ Trung Sơn), Tạ Quốc Quang và Khánh Trường tại tư gia của Khánh Trường.

Tôi nhớ có một dịp tôi xuống khu Bolsa chơi và ghé đến nhà anh, xong tụi này ra quán cà phê gần nhà anh ăn trưa. Anh bảo tôi cứ đi ra đó đi rồi anh tự lăn xe đến, xe có motor nên anh bấm chạy khá nhanh, trông anh lúc đó còn khỏe lắm, tôi thật vui mừng.

Phát hành *"Truyện Ngắn Khánh Trường, Tập 1 & Tập 2"* năm 2016

Truyện Ngắn KT, Tập 1

Truyện Ngắn KT, Tập 2

Vào giữa năm 2016, Khánh Trường gởi qua bưu điện cho tôi mấy cuốn đã xuất bản như *"Có yêu em không?* (1990)", *"Chỗ tiếp giáp với cánh đồng* (1992)", *"Chung cuộc* (1997)"... Anh nhờ tôi scan tất cả những cuốn này để anh gom lại thành hai tập khổng lồ.

Công việc này khá cực vì thời đó tôi chỉ có máy scan làm từng trang chứ không hiện đại như bây giờ có thể scan vài chục trang một lúc, vì vậy mấy cuốn sách này phải cắt bỏ gáy để tách rời từng trang rồi mới scan được. Scan xong thì anh Quang dùng phần mềm ABBYY để chuyển qua MS Word rồi từ đó mới dàn trang lại. Công việc kéo dài mấy tháng nhưng cuối cùng cũng xong và cho in với KDP rất tốt đẹp, dĩ nhiên anh Khánh Trường dùng tranh của ảnh để làm lại bìa rất ấn tượng.

Khánh Trường thiết kế bìa sách cho bạn hữu

Nhờ có lối in POD (printing-on-demand) mà KDP đã cho chúng tôi cộng tác nên năm 2018 là năm nhà xuất bản Nhân Ảnh có rất nhiều tác giả liên lạc với chúng tôi. Gần 100 đầu sách đủ loại đã phát hành, tất cả bìa trong thời gian này đều do Khánh Trường thiết kế. Chi phí cho mỗi bìa sách rất văn nghệ, anh chỉ lấy $100 cho mỗi bìa sách.

Sau 2 cuốn Truyện Ngắn Khánh Trường là tập thơ "*Theo ta chữ nghĩa lên trời lãng du*" của thi sĩ Sỹ Liêm:

Bìa tập thơ của Sỹ Liêm do Khánh Trường thiết kế.

Rồi đến bộ CD audio book của Bác sĩ Ngô Thế Vinh, bìa CD do Khánh Trường thiết kế:

Khánh Trường là người lo thiết kế bìa sách *"Cửu Long Cạn Dòng Biển Đông Dậy Sóng" (2000)*, *"Mekong – Dòng Sông Nghẽn Mạch" (2001)* và *"Vòng Đai Xanh (tái bản 2018)* cho Bác sĩ Ngô Thế Vinh. Ngược lại, Bác sĩ Ngô Thế Vinh là người chăm lo sức khỏe cũng như tinh thần cho Khánh Trường trong những lần Khánh Trường bị tai biến.

Những sách kế tiếp là của các bạn văn thơ nổi tiếng như Nguyễn Vy Khanh, Song Thao, Luân Hoán, Cung Tích Biền, Võ Kỳ Điền, Tiểu Thu, Hoàng Quân, Hoàng Chính, Tiểu Lục Thần Phong, Chu Tấn, Minh Nguyễn, Nam Dao, Nguyễn Viện, Phan Huyền Thư, Vũ Trọng Quang, Lê Thị Thấm Vân, Trần Khánh Liễm, Cao Mỵ Nhân, Lâm Hoàng Mạnh, Hạnh Đàm, Hoàng Nga, Thái Vĩnh Khiêm, Nguyễn Huy Côn, Vũ Anh Tuấn, Nguyễn Quang, Nguyễn Văn Dy Vân, Lê Khắc Ngọc Quỳnh, Phương Tấn, Trần Vạn Giã, Nguyễn Tài Ngọc, v.v... Trong số những tác giả này, bìa Phiếm của Song Thao từ Phiếm 11 đến Phiếm 32 (trừ Phiếm 23 và 24 do Trần Triết thiết kế) thì do Khánh Trường thực hiện, thậm chí anh đã làm xong bìa cho Phiếm 33 trước khi anh mất (Phiếm 33 sẽ phát hành trong năm 2025 này).

Đây là một vài bìa Phiếm rất ấn tượng do Khánh Trường thiết kế:

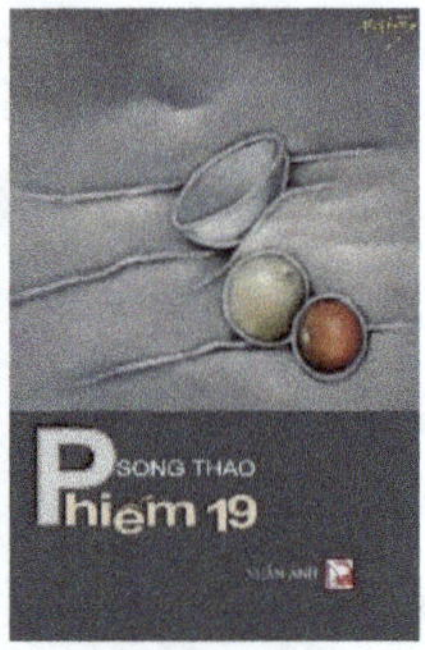

Và một số bìa khác do Khánh Trường thiết kế cho Luân Hoán, Nguyễn Vy Khanh, Nguyễn Tài Ngọc, Cao Mỵ Nhân, Hoàng Quân, Cung Tích Biền, Tiểu Thu, Nguyễn Viện, v.v..

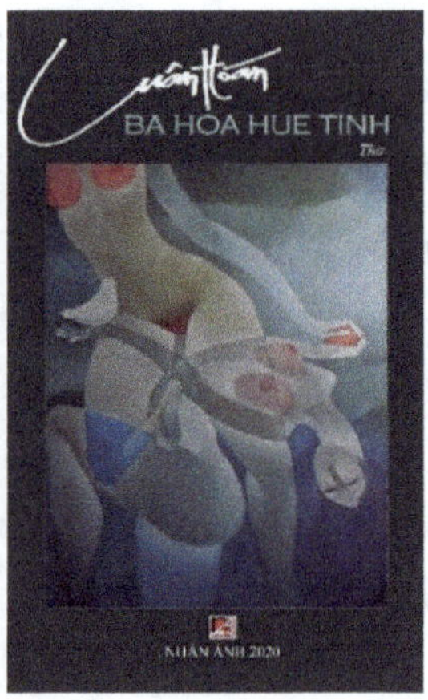

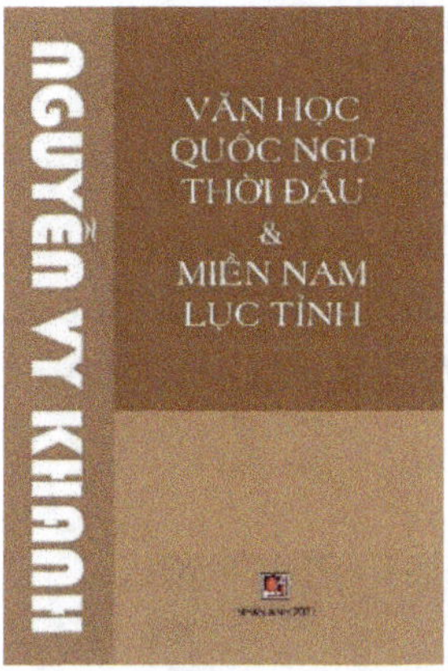
NGUYỄN VY KHANH
VĂN HỌC QUỐC NGỮ THỜI ĐẦU & MIỀN NAM LỤC TỈNH

NGUYỄN VY KHANH
VĂN HỌC MIỀN NAM 1954-1975 Tổng quan
NHÂN ẢNH 2019

NGUYỄN VY KHANH
NHÀ VĂN VIỆT NAM HẢI NGOẠI

NGUYỄN TÀI NGỌC
BẮC KỲ
Tuyển tập truyện ngắn 2
NHÂN ẢNH 2016

cao mỵ nhân
TÌNH MUỘN
NHÂN ẢNH 2018

HOÀNG QUÂN
NHỚ TIẾNG À ƠI

CUNG TICH BIEN
XỨ ĐỘNG VẬT
NHÂN ẢNH 2018

TIỂU THU
DÒNG SÔNG TUỔI THƠ
NHÂN ẢNH
2018

NGUYỄN VIỆN
trong hàng rào kẽm gai, tôi thở
NHÂN ẢNH 2018

Năm 2019 tôi gởi tặng anh Khánh Trường tập thơ "*Tình Thơm Mấy Nhánh*" (phát hành năm 2001) do tôi tự làm bìa với tranh của Đinh Cường. Làm bìa với photoshop và không chuyên nghiệp nên không có gì đẹp. Anh Khánh Trường bèn làm lại với tranh của nữ họa sĩ Ái Lan, và tôi cho tái bản năm 2019. Anh cũng giúp tôi làm bìa cho tập thơ mới "*Ngọn Tình Lục Bát*" với tranh của anh, rất đẹp:

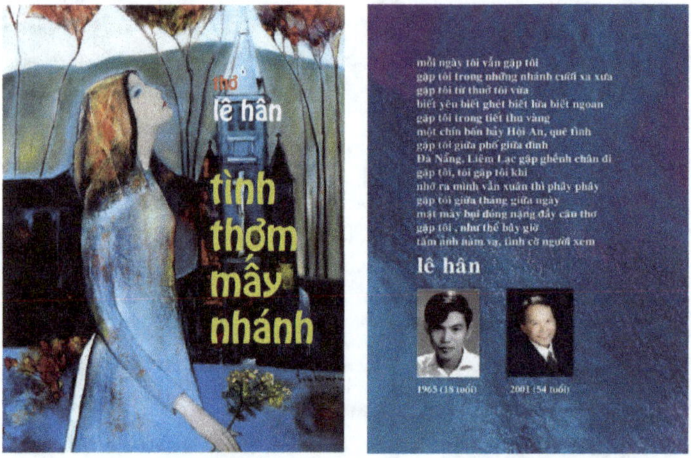

Bìa tập thơ "Tình Thơm Mấy Nhánh" do Lê Hân thiết kế, 2001

Bìa tập thơ "Tình Thơm Mấy Nhánh" do Khánh Trường thiết kế, 2018

Bìa tập thơ "Ngọn Tình Lục Bát" do Khánh Trường thiết kế, 2018

Trong thời trẻ ở Việt Nam, anh Luân Hoán và tôi rất thích âm nhạc, chúng tôi sưu tầm và chép tay những bản nhạc hay của thời đó, rồi ở ngoại quốc tôi tiếp tục việc này, có hơn 1000 bản nhạc của rất nhiều nhạc sĩ Việt Nam tên tuổi. Với phương tiện in sách dễ dàng như vậy nên tôi đã soạn ra 4 tập nhạc, theo thứ tự a, b, c rồi nhờ Khánh Trường thiết kế 4 bìa nhạc này.

Sau đó tôi soạn riêng những tập nhạc cho nhạc sĩ Hoàng Trọng, Văn Cao, Từ Công Phụng, Phạm Mạnh Cương, Trường Sa, Nhạc Xuân, Nhạc Hòa Tấu Dương Cầm, v.v... và nhờ Khánh Trường làm bìa tiếp. Những tập nhạc này in với bìa mềm và bìa cứng rất đẹp. Khánh Trường làm rất nhanh và viết cho tôi: "*mầy mê nhạc hơn mê gái!, hèn chi mầy tốn nhiều tiền để chứa nhạc trong trang www.saigonocean3.com*"

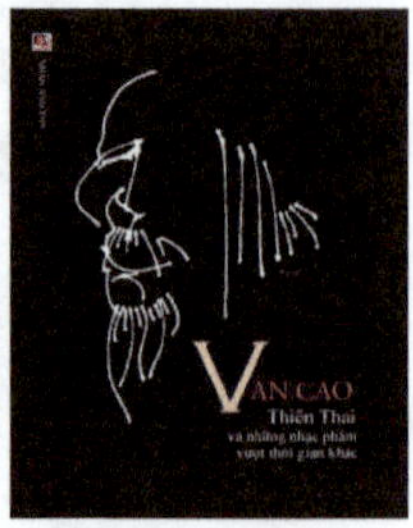

Tình bạn thân thiết giữa Khánh Trường và Phạm Hiền Mây

Cũng vào năm 2018, Khánh Trường viết và khoe với tôi là anh đang chơi thân với Phạm Hiền Mây. Anh biên soạn, làm bìa và nhờ anh Nguyễn Thành, người hợp tác với Nhân Ảnh lo việc dàn trang để xuất bản cho Phạm Hiền Mây liên tục 4 tập thơ: *Lục Bát Phạm Hiền Mây, Sẽ Sống Mãi Trăm Năm, Bất Tương Phùng, Không Tin và Đáng Đời.*

Tôi biết anh đã dành cho Phạm Hiền Mây một tình bạn rất đặc biệt.

Mỗi ngày anh đều liên lạc với Mây qua messenger, coi đó như một động cơ để hăng say vui sống trong quãng đời bệnh tật .

Trong một bìa của 4 tập thơ này, Khánh Trường có viết:

"... Người tình trong thơ Phạm Hiền Mây là thực hay sản phẩm của hư cấu? Xét cho cùng tôi nghĩ chả cần tìm hiểu thực hư làm gì, điều quan trọng, theo tôi là qua nhân vật (hư cấu hay có thật?) này ta có được những biểu cảm, những rung động tưởng chừng chỉ có thể nẩy sinh từ một tình yêu cụ thể, và lớn. Tôi có thể trích dễ dàng vài câu trong bất kỳ bài nào, sẽ có được những vần thơ ngất ngất đắm say, đau đáu đam mê, man mác nỗi niềm..."

Triển lãm tranh Khánh Trường năm 2018

Tháng 10 năm 2018, anh chị Trần Dạ Từ - Nhã Ca cùng người con gái (Hòa Bình) tổ chức cho anh một buổi triển lãm tranh Khánh Trường tại tòa soạn Việt Báo.

Anh Khánh Trường rủ tôi về chơi. Tôi lấy xe đò Hoàng đi từ San Jose cùng với chị Thu Phong, một người rất ham mộ tranh Khánh Trường, đến dự và gặp anh.

Vợ chồng người bạn thân của tôi (nhà văn Nguyễn Tài Ngọc) cũng lái xe từ Simi Valley đến tham dự. Trong buổi triển lãm đó tôi gặp được họa sĩ Trịnh Cung, nhà thơ Du Tử Lê, nhà văn Cung Tích Biền, nhà thơ Thành Tôn, nhà thơ Đặng Hiền, nhà văn Phạm Phú Minh, nhà văn Tràm Cà Mau, nhà thơ Trần Yên Hòa, nhà thơ Hà Nguyên Du, nhà thơ Thái Tú Hạp, họa sĩ Nguyên Khai, họa sĩ Nguyễn Đình Thuần, họa sĩ Rừng, họa sĩ Ann Phong, họa sĩ Trương Đình Uyên, họa sĩ Ái Lan, ca sĩ Khánh Ly, nhạc sĩ Trần Duy Đức, nhà báo Đoàn Trọng và khá nhiều bạn bè ở khu Bolsa đến tham dự. Nguyễn Xuân Nghĩa khai mạc buổi triển lãm.

Thời gian đó anh vui và khỏe lắm. Họa sĩ Trương Đình Uyên và Họa sĩ Ái Lan lo giúp việc đem tranh từ nhà Khánh Trường đến treo ở tòa soạn Việt Báo. Đây cũng là lần đầu tiên tôi gặp anh Uyên và chị Ái Lan. Anh Khánh Trường có nhắc bức tranh mà anh dùng làm lại bìa tập thơ "*Tình Thơm Mấy Nhánh*" là của Họa sĩ Ái Lan. Sau buổi triển lãm này, anh Uyên cho tôi biết anh sẽ tìm cách đem tranh của Khánh Trường đến San Jose và làm buổi triển lãm ở đó, nhưng chuyện này không tổ chức được.

Buổi triển lãm khá thành công, Khánh Trường bán được một số tranh hôm đó.

Đây là một số hình ảnh do Nguyễn Tài Ngọc chụp và có viết một bài về buổi triển lãm này đăng trên trang saigonocean.com:

Nhà văn Nguyễn Tài Ngọc, tác giả hai tập truyện ngắn "Xin Em Tấm Hình" và "Bắc Kỳ", bìa của hai tập này do Khánh Trường thiết kế.

Khánh Trường và Hòa Bình

Khánh Trường cùng chị Thu Oanh (vợ KT), họa sĩ Trương Đình Uyên, họa sĩ Ái Lan, Nhã Ca, Nguyễn Xuân Nghĩa.

Thức ăn nhẹ, rượu và nước.

Quan khách đang nghe lời khai mạc trong phòng triển lãm.

Quan khách đang nghe lời khai mạc trong phòng triển lãm.

Nhà báo Đoàn Trọng phỏng vấn Khánh Trường.

Khánh Trường & Du Tử Lê

Họa sĩ Trịnh Cung

Khánh Trường cùng họa sĩ Rừng (Nguyễn Tuấn Khanh)

Nhà thơ Thái Tú Hạp, họa sĩ Nguyên Khai, Khánh Trường, Ái Cầm, Nguyễn Tài Ngọc, nhà thơ Thành Tôn, nhà văn Cung Tích Biền.

Họa sĩ Nguyễn Đình Thuần (người thứ 3 từ trái qua)

Họa sĩ Ann Phong (người thứ nhì từ phải qua)

Khánh Trường cùng nhà thơ Thành Tôn, nhà văn Tràm Cà Mau, nhà văn Phạm Phú Minh (người thứ nhì từ phải qua), nhà thơ Hà Nguyên Du (ngoài cùng bên phải).

Nhà thơ Đặng Hiền, Trần Dạ Từ, Nam Quan & Khánh Trường.

Khánh Trường và nhà thơ Trần Yên Hòa, nhà thơ Thành Tôn.

Nguyễn Tài Ngọc, Cẩm Loan (vợ Ngọc), ca sĩ Khánh Ly, thi sĩ Nhã Ca, nhạc sĩ Trần Duy Đức

Nhã Ca, Khánh Ly, Nhật Hạ, Thu Oanh (vợ KT), Khánh Trường

Khánh Trường & nhà văn Bích Huyền (Phạm Thị Nga)

Từ phải qua: Hòa Bình, Trần Duy Đức, Nhã Ca, một người bạn, Khánh Ly, một người bạn & Khánh Trường

Hình chụp chung trong buổi triển lãm

Nhã Ca, Trần Dạ Từ, Khánh Trường

Gia đình Khánh Trường

Khánh Trường, Nguyễn Tài Ngọc, Lê Hân, Thái Tú Hạp, Ái Cầm, Trần Dạ Từ, Nhã Ca

Nguyễn Tài Ngọc, Trần Dạ Từ, Nhã Ca, Lê Hân

Bàn tiếp tân

Cẩm Loan, Thu Oanh, Khánh Trường, Lê Hân, Thu Phong sau buổi triển lãm tại nhà hàng Quán Mii trên đường Bolsa.

Bộ sách 7 cuốn: 44 Năm Văn Học Việt Nam Hải Ngoại (1975-2019)

Bộ sách này do Khánh Trường khởi xướng vào cuối năm 2018, Khánh Trường mời thêm thi sĩ Luân Hoán lo phần thơ, nhà văn Nguyễn Vy Khanh lo phần biên khảo.

Bài vở do Khánh Trường, Luân Hoán chọn, còn việc dàn trang thì nhờ anh Nguyễn Thành.

Tôi gặp anh Nguyễn Thành ở Sài Gòn trong chuyến về Việt Nam và đem theo mấy chục cuốn Tác Giả Việt Nam do anh tôi sưu tập, in với bút hiệu Lê Bảo Hoàng. Anh Thành và tôi bàn chuyện in sách và sau đó anh đồng ý cộng tác với tôi lo việc dàn trang cho các sách của Nhân Ảnh. Anh Thành dùng phần mềm in-design nên dàn trang đẹp hơn là MS Word mà tôi đang dùng.

Lúc đầu Khánh Trường ghi *"43 Năm VHVNHN (1975-2018)"* nhưng tôi đề nghị anh chờ thêm vài tháng rồi ghi số 44 đẹp hơn là số 43. Cuốn này rơi vào thời điểm gần cuối năm 2018 nên bên KDP (CreateSpace) họ không cho in sách tiếng Việt nữa vì nạn bán sách tiếng Việt của họ bị trả về quá nhiều, người đọc mua về đọc xong trả lại mà policy của họ thì cứ giữ FREE RETURN cho cả sách nên cuối cùng họ gởi thông báo đến Nhân Ảnh và các nhà xuất bản khác như của anh Trịnh Y Thư, v.v... là không in sách tiếng Việt nữa.

Chúng tôi đang ở chỗ tắc, chưa biết sẽ dùng cách nào để in theo lối POD (Print-On-Demand), nhất là bộ sách 7 cuốn này mỗi cuốn hơn 700 trang và đã nhờ anh Nguyễn Thành dàn trang xong.

Cũng may một vài tuần sau tôi liên lạc được với Barnes & Nobles và Ingram, họ chấp nhận cho in sách tiếng Việt nên từ đó tất cả sách do Nhân Ảnh in đều qua hai nhà in này.

Bộ sách 7 cuốn này in lúc đầu với logo Nhân Ảnh, nhưng vài tháng sau, Khánh Trường muốn lập ra nhà xuất bản Mở Nguồn nên những cuốn bìa cứng sau này đều dùng logo Mở Nguồn.

Một số sách do Khánh Trường làm bìa cho các bạn thân của Khánh Trường như cuốn "Thời Hậu Chiến" của Lê Thị Thấm Vân, "Thần Thánh Không Biết Bơi" của Nguyễn Viện, v.v... nhưng phần in ấn và trị sự thì Khánh Trường vẫn nhờ tôi lo.

Tạp chí Mở Nguồn Số 1, tháng 3 năm 2019 thất bại

Sau một loạt sách in cho Phạm Hiền Mây và bộ 7 cuốn "44 Năm Văn Học Việt Nam Hải Ngoại 1975-2019" Khánh Trường rất hăng say, viết cho tôi: "*anh em mình nên lập ra Tạp Chí Mở Nguồn*" để tiếp nối Hợp Lưu, tôi đồng ý ngay.

Khánh Trường đã có sẵn những bạn văn hợp tác trong ban biên tập như Trần Vũ, Phạm Thị Hoài, v.v... nên thu thập bài vở khá dễ dàng.

Khánh Trường tìm ngay được hơn 20 độc giả mua báo dài hạn như Ngu Yên, Đỗ Hoàng Diệu, Ngô Nguyên Dũng, v.v... Những độc giả này nhanh chóng gởi tiền cho tôi vì tôi lo phần trị sự.

Trong lời giới thiệu tạp chí này, Khánh Trường viết:

"Mở Nguồn số ra mắt sẽ là sân chơi qui tụ hầu hết những tên tuổi uy tín của Văn Học Việt Nam nhiều thập niên qua: Phạm Thị Hoài, Nguyễn Vy Khanh, Nguyễn Hoàng Văn, Cung Tích Biền, Trần Thị NgH., Huy Tưởng, Thường Quán, Lê An Thế (Lê Bi), Ngô Nguyên Dũng, Ngu Yên, Luân Hoán... Nguyễn Hưng Quốc sẽ cho chúng ta một ngạc nhiên, ngoài khả năng phê bình văn học, lần đầu tiên ông gửi đến chúng ta mười bốn truyện cực ngắn, sáng tác mới nhất của ông. Nhà văn Trần Vũ cũng trình làng một truyện ngắn chưa ráo mực, xây cất trên ký ức của con người và về hiện tượng mà chúng ta sống hằng ngày từ mốc một nghìn chín trăm bảy mươi lăm - ngay cả khi cuộc chiến hiện tại chấm dứt, cuộc chiến quá khứ vẫn tiếp diễn. Vũ Thị Thanh Mai với truyện dịch về đề tài đồng tính, rất hay. Đặc biệt hơn nữa, sự góp mặt của những cây bút đã khởi nghiệp từ Hợp Lưu hay nhà xuất bản Tân Thư (một phụ lưu của Hợp Lưu): Lê Minh Hà, Đỗ Kh., Thận Nhiên, Đỗ Hoàng Diệu... Những ngòi viết này đã chọn Hợp Lưu làm điểm xuất phát (một may mắn cho người chủ trương). Ngày nay, sau hơn hai thập niên, họ vui vẻ trở lại khi tôi mời - tình nghĩa anh em, nợ nần văn chương.

Ngoài ra còn nhiều cây viết quốc nội, đã vui vẻ đến với Mở Nguồn ngay từ số đầu. Rất tiếc, vì số trang có hạn, chúng tôi buộc phải chọn lựa theo thứ tự ưu tiên, bài nhận trước, đi trước, bài nhận sau, thiếu "đất" chưa đi được, nếu các tác giả không muốn chờ, xin tùy nghi, tuy nhiên cần báo cho chúng tôi biết để đưa ra khỏi danh sách "bài sẽ đi". Trong số ra mắt này có biên khảo của nhà phê bình văn học Lại Nguyên Ân, nhà nghiên cứu văn học Phan Nam Sinh, Thận Nhiên phỏng vấn Huy Tưởng - Nguyễn Hưng Quốc - Nguyễn Viện - Trần Thị NgH., tạp bút Phan Trang Hy, Hồ Phú Bông, truyện ngắn Nguyên Cẩn, thơ Như Không, Hoàng Hưng, Nguyễn Thị Kim Lan, Nguyễn An Bình, Hồ Xoa, Phạm Hiền Mây, Vy Thượng Ngã..."

Ngày 24 tháng 3 năm 2019, Khánh Trường và tôi nhận được một email của người tên X, trong ban biên tập viết như sau:

"1. layout xong rất nhiều chữ bị thay đổi.
2. thật sự là có vấn đề thi ca trong số 1 này. tất cả đều chung nhận xét quá hãi hùng. Cô Mây đi quảng cáo thì phải đăng nhưng mình có thể cho ra sau. Ông Như Không nhớ Quang Dũng cũng vậy.

chúng ta bị rơi vô phải chìu lòng những fan trên facebook.

Anh Trường đọc nhận xét của XX"

Kèm dưới email của người X này là email của một người tên XX (gởi cho X như sau):

"Đó là XX chỉ nói về những lỗi layout trầm trọng, khiến bài viết bị sai lệch thôi, còn những lỗi chi chít khác thì không kể xiết.

Chẳng hạn, tên tác phẩm "Một ngàn một đêm lẻ" thì tất cả in nghiêng, riêng "đêm" thì in thường, "Tắt đèn" thì "Tắt" in nghiêng, "đèn" in thường, James Joyce thì dính vào nhau thành JamesJoyce, soap opera cũng dính vào nhau thành soapopera...

Tóm lại là rất cẩu thả, khiến XX lại nghĩ đến phần viết về sự cẩu thả của người Việt trong bài "Dấu.Chấm.". Theo XX thì hoặc là ra số mở đầu, hoặc là không ra, nhưng ra mà chi chít lỗi như thế thì ngượng lắm. Chẳng ai bắt chúng ta phải nhất định ra vào một ngày cụ thể nào đó. Sau này, chẳng ai nhớ là anh KT quyết tâm phải ra bằng được theo đúng một nghị quyết nào đó. Mà người ta chỉ cầm trong tay một sản phẩm văn nghệ cẩu thả và không coi trọng nó. XX cũng vừa liếc mấy tác phẩm thơ. Kinh khủng. Những thứ Phạm Hiền Mây gì đó... Tại sao không quẳng hết mấy thứ đó ra? Tạp chí Thơ của anh Khế Iêm hiện vẫn tiếp tục ra, và XX thấy nhiều tác giả độc đáo ở đó. Tại sao Mở Nguồn lại mở cửa cho mấy thứ nhạt nhẽo chết người như vậy? Tạo ra một tiền lệ như vậy rồi, lần sau vẫn mấy thứ đó vào ào ào, thế là xong, mình thành một siêu thị rẻ tiền."

Tôi đọc email trên của hai người không tiện viết ra nên tôi ghi là X và XX. Thật sự người XX viết rất đúng, bài vở chưa có người đọc bản thảo rồi lúc dàn trang chưa dò lại kỹ đã cho đi in nên khá nhiều lỗi như X đã ghi, những lỗi này dĩ nhiên sẽ sửa lại được dễ dàng rồi nộp lại cho nhà in.

Nhưng có hai đoạn viết này tôi biết đã làm phật lòng Khánh Trường:

"Những thứ Phạm Hiền Mây gì đó... Tại sao không quẳng hết mấy thứ đó ra?"

"thật sự là có vấn đề thi ca trong số 1 này. tất cả đều chung nhận xét quá hãi hùng. Cô Mây đi quảng cáo thì phải đăng nhưng mình có thể cho ra sau. Ông Như Không nhớ Quang Dũng cũng vậy.

chúng ta bị rơi vô phải chìu lòng những fan trên facebook."

Khánh Trường liên lạc ngay với tôi và viết "*mình ngưng không tiếp tục tạp chí Mở Nguồn này nữa.*"

Tôi cũng hơi thất vọng, nhưng tôi hiểu tâm trạng của anh Khánh Trường, anh như bị sụp đổ vì một người anh đã tâm đắc từ lâu nay nên đã giúp in liên tục bao nhiêu tập thơ, rồi ở bìa sau của Tạp chí Mở Nguồn Số 1 này anh cũng quảng bá bốn tập thơ của Phạm Hiền Mây.

Tôi biết không còn cứu vãn tình hình gì nữa nên đã liên lạc với nhà in xóa đi phần quảng cáo trên Amazon và lo trả tiền lại cho những ai đã trả tiền mua báo dài hạn. Mặc dù hiện giờ trên Amazon vẫn còn dấu vết Tạp chí Mở Nguồn Số 1 này, nhưng trên thực tế không ai có thể mua sách được. Đây là policy của họ, họ không bán sách theo lời yêu cầu của mình ngay khi mình yêu cầu họ xóa bỏ, nhưng họ vẫn tiếp tục giữ trang quảng cáo đó. Tôi không hiểu rõ với lý do gì, nhưng yên tâm là sách không còn phát hành được nữa.

Tôi có liên lạc với anh tôi, Luân Hoán, rồi anh Luân Hoán cùng các anh Song Thao, Nguyễn Vy Khanh và Hồ Đình Nghiêm lập ra Tạp chí Ngôn Ngữ. Tên tạp chí Ngôn Ngữ này do anh Luân Hoán chọn, Hồ Đình Nghiêm làm ngay logo và chúng tôi thực hiện ngay số 1, phát hành đầu tháng 5 năm 2019.

Tôi nghĩ nếu không có Tạp chí Mở Nguồn thì chắc không có Tạp chí Ngôn Ngữ. Khánh Trường có viết cho tôi là anh sẽ hợp tác với mục "*Những Chuyện Bao Đồng*" cho Tạp chí Ngôn Ngữ, nhưng cuối cùng anh không thấy vui nên không thực hiện được.

Kể từ năm 2019, Khánh Trường đã thiết kế lại logo Nhân Ảnh và anh cũng là người thiết kế logo cho Tạp chí Văn Học Mới do Hà Nguyên Du thành lập.

Khánh Trường và những năm kế tiếp từ 2019 đến 2023

Sau chuyện Tạp chí Mở Nguồn không thành, Khánh Trường chắc cũng buồn lắm, anh tiếp tục cuộc vui với văn chương, tiếp tục cho ra đời nhiều tập truyện hay tiểu thuyết như sau:

Chuyện Bao Đồng (tạp bút, 2019), Tịch Dương (tiểu thuyết, 2019), Dấu Khói Tàn Tro (tiểu thuyết, 2020), Bãi Sậy Chân Cầu (tiểu thuyết, 2020), Có Kẻ Cuồng Điên Khóc (tiểu thuyết, 2020), Xuyên Giấc Chiêm Bao (tiểu thuyết, 2021), Đừng Theo Dông Bão (tiểu thuyết, 2021), Nắng Qua Đèo (tiểu thuyết, 2021), Năm Tháng Buồn Thiu (tiểu thuyết, 2023).

khanh trương
chuyện bao động

KHANH TRƯƠNG
TỊCH DƯƠNG
tiểu thuyết

KHÁNH TRƯỜNG
dấu khói tàn tro

KHÁNH TRƯỜNG
BÃI SẬY CHÂN CẦU
tiểu thuyết

KHANH TRUONG
CÓ KẺ CUỒNG ĐIÊN KHÓC

KHANH TRƯƠNG
xuyên giác chiêm bao

KHANH TRƯƠNG
ĐỪNG THEO DÔNG BÃO
TRUYỆN VỪA

KHANH TRƯƠNG
nắng qua đèo
Tiểu thuyết

KHANH TRƯƠNG
NĂM THÁNG BUỒN THIU
tiểu thuyết

Mỗi lần có sách là anh nhờ tôi gởi tặng cho bạn bè thân của anh như Nguyễn Hưng Quốc ở Úc, Nguyễn Hữu Liêm ở San Jose, Song Thao ở Canada, Luân Hoán ở Canada, Nguyễn Vy Khanh ở Canada, Đặng Tiến ở Pháp, v.v...

Những năm cuối cùng với Khánh Trường

Vào tháng 9 năm 2021, tôi dọn nhà từ San Jose (Bắc Cali) về Huntington Beach (Nam Cali), cách nhà Khánh Trường chừng 15 phút lái xe, nên anh em chúng tôi gặp nhau thường hơn.

Mỗi lần anh nhờ tôi mua sách tặng bạn bè thì tôi mua sách gởi về nhà tôi, lúc nhận được sách đầy đủ thì tôi chạy đến thăm anh và đưa sách cho anh.

Lần nào tôi đến chơi thì luôn luôn có chị Oanh ra mở cửa, vui vẻ mời tôi vào, rồi dẫn tôi vào phòng của anh, gặp anh lúc nào cũng thấy nụ cười trên môi, mặc dù tôi thấy anh bắt đầu mỏi mệt, ra vào bệnh viện nhiều hơn, sức khỏe không còn như trước.

Chị Oanh chăm sóc anh rất chu đáo. Anh thật may mắn có người vợ xinh đẹp, đảm đang.

Cũng có nhiều lần anh nhắn nhờ tôi đến giúp xem sao cái vi tính không chạy, dây nhợ chạy lung tung. Tôi cũng lò mò giúp được rồi mới về.

Nhiều lần đến nhà đưa sách cho anh, không có chị Oanh ở nhà thì chị không khóa cửa, tôi tự mở cửa vào. Những lần nhìn thấy anh nằm mê man trên giường thì tôi để nhẹ thùng sách trên bàn làm việc của anh rồi lẳng lặng ra về, lòng thật buồn nghĩ đến bệnh tật hiểm nghèo của anh.

Tháng 3 năm 2024, Khánh Trường hoàn tất tập thơ, lấy tên "*Thơ Khánh Trường*", cuốn này riêng tặng cho cháu Nina Hòa Bình, do Lê Giang Trần dàn trang, bìa do chính anh thiết kế, Song Thao đọc bản thảo và Tạ Quốc Quang lo phần kỹ thuật như thường lệ. Tập thơ in khổ vuông, 8.5 x 8.5, cùng khổ với cuốn *"Khanh Truong Oil Paintings"*, in với bìa mềm và bìa cứng rất đẹp.

Ra Mắt Sách cho Khánh Trường

Chiều Chủ nhật 30 tháng 6 năm 2024, Nina Hòa Bình cùng một vài bạn thân đã tổ chức tại nhà sách Tự Lực một buổi ra mắt tập "Thơ Khánh Trường" và tập "Khánh Trường Oil Paintings" (do Nhân Ảnh phát hành vào năm 2018). Gần 100 người đã cùng tụ họp tại Tự Lực, một tiệm sách Việt Ngữ lâu đời nhất còn lại ở vùng Little Sài Gòn.

Buổi ra mắt sách này có chưng thêm một số tranh của Khánh Trường, và bức tranh mới vẽ chung với họa sĩ Ann Phong. MC Đinh Quang Anh Thái điều khiển chương trình và bán được vài bức tranh của Khánh Trường cũng như bức tranh mới nhất vẽ cùng với họa sĩ Ann Phong.

Sau buổi ra mắt sách này, tờ Việt Báo có đăng như sau:

Chưa đến 2 giờ chiều, ban tổ chức đang còn sắp xếp bàn ghế sách vở, đã thấy bạn bè thân hữu và độc giả kéo đến ngồi kín căn phòng nhỏ phía trước nhà sách Tự Lực. Có lẽ tài tử Kiều Chinh và ca sĩ Khánh Ly là hai khuôn mặt nghệ sĩ bước vào đầu tiên, và ngay sau đó là đầy đủ những khuôn mặt "hào kiệt". Đã từ lâu không có một sinh hoạt sách vở nào có thể quy tụ được nhiều văn nghệ sĩ như thế. Nhà báo Đinh Quang Anh Thái, người điều hợp chương trình đã dành một thời gian dài giới thiệu những khuôn mặt văn nghệ. Với những người không mấy biết chuyện, lý do quy tụ quần hùng nghe tưởng chừng đơn giản: "Khánh Trường mà!". Chỉ ba chữ "Khánh Trường mà", nhưng hàm chứa cả một chiều dày tình cảm sâu đậm phức tạp mà bằng hữu và độc giả đã dành cho người nghệ sĩ "có một và chỉ một" này.

Người cầm bút, cầm cọ, viết văn, làm báo, yêu sách vở chữ nghĩa, dù ở hải ngoại hay trong nước, không ai không biết Khánh Trường. Ngoài tài hoa, Khánh Trường còn được nể phục như một người "đàn anh" giang hồ, lì lợm đứng ra gồng mình "gánh" tờ Hợp Lưu dai dẳng suốt hơn 10 năm, tạo khu vườn xanh tốt cho những tài năng nghệ thuật có đất sinh sôi nảy nở. Sau khi bị tai biến phải từ bỏ tờ Hợp Lưu, Khánh Trường không còn xuất hiện nhiều trong những sinh hoạt văn hóa hải ngoại dù Ông vẫn còn sáng tác mạnh. Những năm gần đây sức khỏe yếu kém, Khánh Trường hoàn toàn lui về "hậu trường". Như viết trong phần mở đầu của tập thơ, Ông nói làm thơ chỉ để "vui thôi mà", buổi ra mắt sách được tổ chức với tinh thần như thế, là một dịp để bằng hữu tề tựu, chung "vui" cùng Khánh Trường.

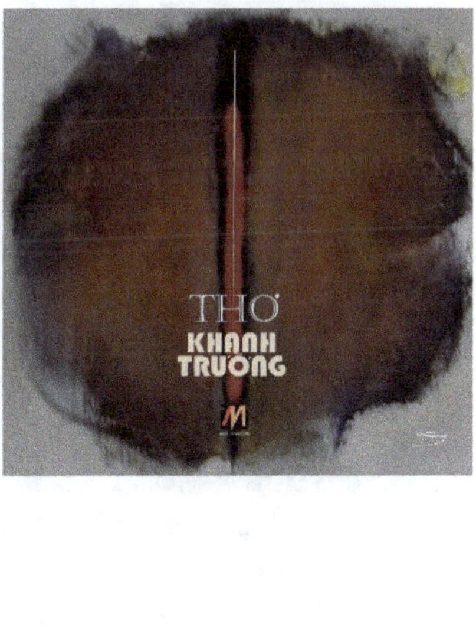

Hình ảnh sinh hoạt buổi ra mắt hai tác phẩm Khánh Trường Thơ và Khánh Trường Oil Paintings tại Tự Lực Bookstore chiều Chủ Nhật 30 tháng 6, 2024. Hình từ trái/trên: Nhà thơ Đỗ Quý Toàn, Khánh Trường, Ysa Lê (VAALA). Từ trái/dưới: Nhà báo Đinh Quang Anh Thái điều hợp chương trình; Họa sĩ Ann Phong; Nhà báo Phan Tấn Hải. Photo: Nguyễn Lập Hậu.

Bằng hữu trò chuyện với Khánh Trường. Từ trái/trên: Tài tử Kiều Chinh; Giáo sư Trần Huy Bích. Từ trái/dưới: Nhà văn Cung Tích Biền, ca sĩ Khánh Ly, và nhà thơ Ngô Tịnh Yên.

Các họa sĩ: Ann Phong, Cao Bá Minh, Khánh Trường, Nguyên Khai và Nguyễn Việt Hùng.

Khánh Trường và ban tổ chức: Hòa Bình, Ann Phong, Trang Nguyễn, Ysa Lê, và Eric Dương

Khánh Trường và Vợ, chị Thạch Thu Oanh.

Vài ngày sau buổi ra mắt sách thành công, Khánh Trường viết qua messenger cho tôi và cho biết một tin vui khác: anh đã bán gần hết những bức tranh khổng lồ của anh, anh rất mừng nên mời vợ chồng tôi ra quán Huế nhậu với Hòa Bình và vài bạn văn khác.

Từ trái qua phải: Ann Phong, Hòa Bình, Châu và Lê Hân, Thu Oanh, Khánh Trường, Cung Tích Biền và vợ, Doãn Hưng, Janine Trang Nguyễn.

Chiều ngày 1 tháng 10 năm 2024, anh nhắn qua messenger tin mừng nữa, anh bán được thêm nhiều bức tranh nữa nên lại mời tôi và vợ tôi ra quán Huế nhậu với anh, Hòa Bình và vài bạn nữa. Đây cũng là tấm hình cuối cùng vui với anh Khánh Trường:

Từ trái qua phải: Orchid Lâm Quỳnh, Nguyễn Hoàng Nam, Lê Hân, Khánh Trường, Thu Oanh, Hòa Bình, Thu Vàng, Châu (vợ Lê Hân)

Hai cuốn sách cuối cùng của Khánh Trường

Đầu tháng 7 năm 2024, Khánh Trường hoàn tất cuốn du ký tiểu thuyết "*Cùng Nhau Đất Trời*". Ở trang đầu có hàng chữ "*tặng Phạm Hiền Mây, ghi nhớ mười năm hạnh ngộ*". Cuốn này do Phạm Hiền Mây viết tựa. Đây là cuốn cuối cùng anh tặng cho Phạm Hiền Mây và cũng là cuốn cuối cùng thành hình trước khi anh mất.

Vào gần cuối tháng 11 năm 2024, Khánh Trường muốn tái bản cuốn Tịch Dương (đã in vào năm 2019) để thêm vào bài tựa của Nguyễn Thị Dư Khánh và lời bạt của Nguyễn Văn Sâm. Anh làm lại bìa mới và cháu Công (con trai của anh Nguyễn Thành) dàn trang lại.

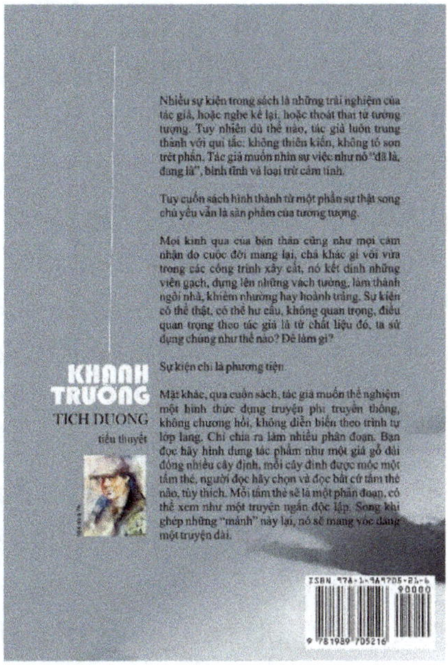

Tịch Dương (2019)

Tịch Dương (2024)

Ngày 5 tháng 12 năm 2024 tôi báo tin cho anh Khánh Trường biết là cuốn Tịch Dương tái bản đã xong, nhưng không thấy anh trả lời. Hai ngày sau thì anh nhắn là mới ở nhà thương về, vẫn còn chóng mặt và mờ mắt, rồi gởi cho tôi một danh sách để mua tất cả những cuốn cũ và hai cuốn mới (Cùng Nhau Đất Trời và Tịch Dương), mua tất cả gần 50 cuốn kể cả bìa mềm và bìa cứng để tặng bạn bè.

Tôi cho anh biết là sách bìa cứng sẽ in chậm, nhất là gần đến Noel rồi nên nhà in họ rất bận, anh bảo "*anh sẽ chờ*".

Đây là tin nhắn cuối cùng của Khánh Trường cho tôi. Loạt sách đó đến quá chậm nên anh Khánh Trường chưa được thấy hình dạng cuốn "Tịch Dương" tái bản như thế nào .

Tối ngày 24 tháng 12 năm 2025, tôi được tin Khánh Trường đang nằm ở ICU của bệnh viện UCI, Fountain Valley. Tôi chạy đến đó nhưng không tìm ra phòng vì không rõ Khánh Trường ghi tên gì lúc nhập viện. Nhân viên tìm mãi không được. Tôi gọi hỏi anh Thành Tôn, Cung Tích Biền, Song Thao nhưng cũng không ai biết tên thật là gì nên đành về, chưa thăm được.

Cho đến ngày hôm sau, cháu Hòa Bình cho biết là tên Alex Nguyễn, phòng số 12 ở Main Building.

Giờ thì thấy trí nhớ của mình kém rồi, không nghĩ ra, vì thời gian tôi còn ở San Jose mua sách cho Khánh Trường gởi về nhà cho Khánh Trường đều ghi là Alex Nguyễn!

Sáng sớm ngày 25 tháng 12 năm 2025 tôi vào thăm. Trong phòng chưa có ai đến, chỉ một mình tôi ở đó, nhìn anh mà rơi lệ, biết là hết rồi, không còn cứu vãn gì nữa.

Tôi có chụp một tấm hình của anh, nhưng đau thương lắm, không tiện cho lên đây.

Lúc tôi ra về thì gặp Nina Hòa Bình, Orchid Lâm Quỳnh và Đinh Quang Anh Thái đến thăm. Sau đó có anh chị Cung Tích Biền và Thành Tôn đến thăm.

Coi như xong một đời người tài hoa, một người anh mà tôi kính mến mặc dù chỉ mới quen có chừng mười năm nay.

Tôi nhớ bốn câu chót trong bài hát "*Một Đời Tan Vỡ*" của Lam Phương mà anh cũng thích và hay nhắc với tôi:

Thà cuộc đời như con nước đưa bèo trôi
Lúc có lúc không cũng vậy thôi
Từ đây sẽ vắng câu mộng mơ xa vời
Đây đó cho qua một kiếp người

Anh ra đi và chắc vẫn chưa biết tôi lớn hơn anh một tuổi nhưng lúc nào Khánh Trường cũng xưng là "anh" gọi tôi là Hân. Hai đứa sinh ra ở Quảng Nam, Khánh Trường sinh ở Tam Kỳ, tôi sinh ở Hội An, cách nhau chừng ba mươi cây số.

Thay lời kết

Trong tập thơ Khánh Trường có một bài thơ tôi rất thích:

mười năm

thôi rồi ngựa đã yên cương
đồi cao lũng thấp mù sương một đời
mười năm từ bỏ cuộc chơi
mười năm thân thế rã rời điếng tê
mười năm lối cũ
đi
về
mười năm tàn một cơn mê còn gì?

Tôi ghi lại đây một bài thơ đã viết tặng anh hồi mới quen anh năm 2016 trong tập "*Ngọn Tình Lục Bát*", bài này cũng có đăng lại trong cuốn "Khánh Trường & Bằng Hữu":

bài tặng họa sĩ Khánh Trường

anh thành danh nhiều bộ môn
thơ văn hội họa và còn nhiều hơn
khen anh dễ thành ba lơn
xin tóm hai chữ "rất ngon" đủ rồi

ngon tình ngon những cuộc chơi
tạp chí tuyển tập tới nơi tuyệt vời
dĩ nhiên ngay giữa cuộc người
bệnh gì cũng phải rút lui nhẹ nhàng

làm thơ làm tình làm tàng
ngất ngưởng thứ bậc đàng hoàng luôn luôn
nhưng mà tôi biết anh buồn
bởi vì anh rất mến thương cuộc đời

chuyện này suy bởi bụng tôi
gởi anh vài nụ thơ cười giải khuây
bụi nào rồi cũng gió bay
cái tình ở lại đất này bao lâu

nhờ anh vẽ nhiều sắc màu
chưng chơi thay một nguyện cầu chung chung

Hôm tang lễ ngày 15 tháng 1 năm 2025, đứng trước linh cữu của Khánh Trường tôi nói với anh lời cuối:

Gần 10 năm chúng mình vác ngà voi, làm chuyện bao đồng, nhưng cũng vui, phải không anh Khánh Trường!

Mong anh ra đi thanh thản, em sẽ lục trong máy vi tính của anh để in tiếp cho anh hai tập anh đã viết xong, đã làm bìa xong mà chưa phát hành đó là tập "Phỉnh" và tập "Phục Sinh 2".

Lê Hân

Khánh Trường
Lê Hân
Thành Tôn
tại nhà KT
(Nguyễn Tài Ngọc chụp năm 2017)

LUÂN HOÁN

ĐÊM KHÓ NHẮM MẮT NHỚ KHÁNH TRƯỜNG

Một số mẫu bìa do Khánh Trường thực hiện

bạn bỏ không tiếp sức ta
đêm khó nhắm mắt than ra ít lời
ỷ y bạn còn sức chơi
không kịp nhờ ngoáy mặt đời thơ ta

cuốn túm trọn những đậm đà
bạn văn khuyến khích nâng ma mãnh tình
bạn đi không bất thình lình
ta vẫn thắc mắc sự tình ra sao

hôn mê vì cớ sự nào?
Đang thay dòng máu tim vào tim chăng
mấy ngày bạn không nói năng
bàn tay cọ bút quên mần mò nhau

chắc rằng bạn không mấy đau
có rên chút đỉnh để rầu tan ra?
Bạn nợ ta đống tình hoa
thành hình sắc dục giúp ta sưu tầm

tình yêu ở chỗ trọng tâm
bạn kể bạn vẽ không lầm lẫn ai
rách việc khen bạn đa tài
đa nhiều món khác ngắn dài tuyệt riêng

ta với bạn ít có duyên
chung mâm chạm mặt dữ hiền cùng vui
cần nhau vài chữ trước đuôi
"bạn dzàng" là đủ ngược xuôi hiểu liền

nghe bạn dai sức thần tiên
rút ống vẫn thở hồn nhiên mấy ngày
nỗi mừng ta bị thổi bay
chợt buồn như chính ta đây qua đời

vậy là ta dai hơn rồi
bảy năm hơn bạn cộng thời tiếp theo
vốn than thở ta không nghèo
thắng Nghiêu, Đinh, chừ vượt đèo Trường cao

sau đêm nay, những đêm nào
vào ra đi đứng thở vào khoảng không
nhớ, nhờ bạn viết dông dông
dẫu dư nước mắt khóc không ra lời

ta chừ ngày như đêm thôi
khỏe ngồi vẽ chữ mệt ngồi dài lưng
sống đề huề không cầm chừng
hôn mê cũng dễ, bạn từng đấy thôi

vịn bạn than vừa đủ rồi
chừ mang của nợ dạo chơi mấy vòng
Ngôn Ngữ chính thức tạ ơn
bạn sang tay hại tâm hồn bạn không?

Luân Hoán
ngưng lúc 2h51 AM, 16-01-2025
Sáu ngày sau sinh nhật 84

NAM DAO

KHÁNH TRƯỜNG, TƯỞNG VÀ NHỚ

Khánh Trường & Nam Dao Nguyễn Mạnh Hùng

Ngày 25-12, tin từ cô em gái Hòa Bình: chú Khánh Trường (KT) có gắn máy trợ y từ 10 ngày nay đã không tỉnh lại, chắc chờ các thầy đến đọc kinh rồi sẽ gỡ máy để chú ra đi thôi.

Sững sờ. Mặc dầu chẳng mấy ngạc nhiên, chuyện tất phải đến.

Trong bóng đêm, tôi hồi tưởng lan man. Ngày tháng đã qua đi như những cơn mơ ngắt đoạn. Khi Trần Vũ nhắc KT Django (cao bồi Viễn Tây US) 40 năm trước không súng đạn mà mang một chồng Hợp Lưu (HL) đến Paris phân phát quảng cáo cho một nền văn chương có cả hai dòng, trong nước và hải ngoại, xóa lằn ranh Quốc-Cộng khi đó vẫn còn là vết dao chia cắt không khoan nhượng. Rồi KT về VN đặt yêu cầu cho phát hành HL trong nước, nhưng dĩ nhiên là bị thế quyền thời vẫn còn say máu chiến thắng chối từ. Trong Ngôn Ngữ số 22 phát hành 1-11-2022 (NN 22) tôi đã viết khá chi tiết về đóng góp hàng đầu của HL trong sự nghiệp văn hóa của KT. Làm được HL như anh, phải quyền biến. Qua hiểu biết, và qua cả trực giác, phải có những nhận định sâu sắc về văn hóa và nghệ thuật để gầy lên sức sáng tạo. Làm được, phải chân tình và thẳng thắn với cộng tác viên. Làm được, phải hành xử như trượng phu với tình người và lòng tôn trọng phẩm giá của nhau. Làm được, KT đã làm được!

Qua khoảng 4 thập kỷ, KT đã viết 2 tập truyện ngắn, 8 tiểu thuyết, 2 tập thơ, thực hiện với Nguyễn Vy Khanh và Luân Hoán tập 44 năm Văn Học Hải Ngoại. *Có yêu em không?* Vẫn là một truyện ngắn của KT còn gây ấn tượng trong tôi. Với thơ, tôi ít được đọc thơ KT nên không dám có ý kiến gì. Về hội họa, KT vẽ hàng trăm bức tranh. Có những bức gợi gam màu Michelangelo. Có những bức khiến người thưởng ngoạn nhớ tới Dalí. Nhưng khi anh hạ bút vẽ đâu đó 40 bức tranh Thiền thì tôi xin khâm phục. Tâm và Thân hợp nhất, không sau không trước, không có không không, tất cả sẽ trôi về viên miễn bốc hơi thành mây trắng trong màu xanh bao la đất trời.

Ngày 27-12, Hòa Bình viết: rút máy trợ y vào khoảng 4:00 PM, 7 giờ sau chú KT vẫn không đi, vẫn thở…

Phép lạ?

Ngày 29-12, KT cứ tiếp tục sống. Hòa Bình viết, mặt chú thản nhiên, tiếp tục thở…

Lại phép lạ!

KT bạn tôi, đã 23 năm bạn phải ngồi xe lăn, mỗi tuần đi lọc máu 3 ngày, bạn cứ thế trơ gan cùng tuế nguyệt ư?

Này gửi bạn nhé:

Tử Sinh đồng nhất thể
Không-có cũng không-không
Vỗ tay cười thật lớn
Theo mây trôi bềnh bồng

Nam Dao
29-12-2024

NGU YÊN

Ê, KHÁNH TRƯỜNG, THƯỢNG LỘ BÌNH AN

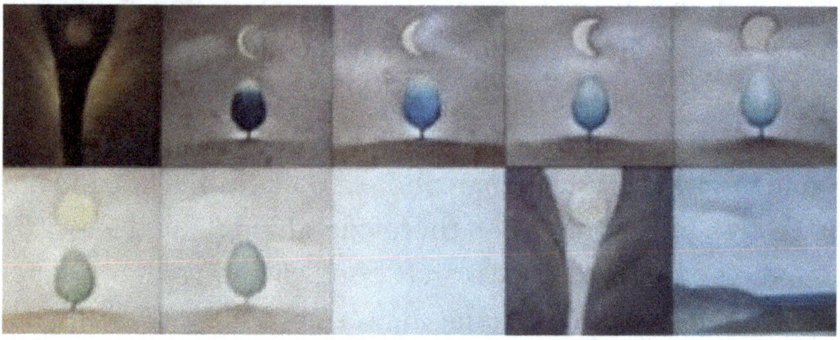

Tác phẩm sơn dầu "Hành trình giác ngộ" của họa sĩ Khánh Trường (Hình: sangtao.org)

Houston mùa hè nóng có thể nướng thịt trên mui xe hơi.
Họa sĩ bò dưới đất vẽ chân dung kiếm tiền đổi rượu.
Nàng mẫu ngồi khép hở y phục lả lơi.
Đường nét sắc màu bỗng dưng tơi bời khung bố, trời đất sẽ vô cùng phẫn nộ, nếu đàn ông không thích đàn bà, nếu bàn tay cứ chăm chú vẽ.
Tao không kể hết chuyện để người đọc tự đoán. Xe cứu thương chuẩn bị hụ còi. Bác sĩ xuất hiện. Mày ôm bức tranh nằm thoi thóp.
Tao thấy hết từ đầu qua khe cửa phía sau.

Tôi và Khánh Trường vui chơi với nhau như hai bàn tay, thỉnh thoảng vỗ vai, gặp gỡ nâng ly, rồi mỗi tay trở về thân thể.

Mỗi bàn tay bưng mỗi cuộc đời, cho có lệ, không mấy quan tâm vì bận rộn chăm lo tình ái. Có một bàn tay vô số ái tình.
Bàn tay cầm cọ vẽ, cầm chữ viết, bốc đồng múc nước uống nơi hai dòng sông hợp lại cuồng lưu. Bóng anh đứng như thân cây văn học, qua bốn mùa đùa giỡn.
Có mấy kẻ giang hồ vừa ý dù suốt đời phiêu lưu?
Trời sinh ra mày chơi màu sắc, liêu xiêu chữ nghĩa.
Hội họa một chiếc giày. Văn chương một chiếc giày. Xỏ vào đi vừa chật vừa rộng. Vậy mà cũng gần đến nơi.
Ê, mày đi đâu vậy?

Chuyện cũ kể lại, chớp ba mươi mấy năm, sấm ầm ì dĩ vãng.
Những đêm say Mai Thảo, Vũ Huy Quang.
Những trưa say Nguyễn Đình Thuần, Phan Nhật Nam, xỉn không biết nam hay nữ.
Say không phải từ ngữ, là cách sống, song song với đời mà lơ lửng loanh quanh.
Say nôn mửa là cách trả nợ công danh cơm áo.
Say ngủ mèm là cách khinh bỉ khổ sầu.
Có nghệ sĩ nào không say mà nổi tiếng?
Để tao kể tiếp nếu không người đời xấu miệng, sẽ tự nhiên hư cấu cảnh đóng cửa tắt đèn.
Trưa hôm đó, Houston nóng sôi sục.
Bạn tôi vẽ miệt mài với rượu. Không ăn. Không ngủ. Không dừng.
Chân dung
quyến rũ ngày này qua ngày kia.
Đột nhiên rơi ly rượu.
Bạn tôi ngã xuống với bức tranh.
Rượu trộn sơn dầu thành màu kiệt sức.

Chúng mình già rồi, nhìn rượu đủ choáng váng.
Còn đàn bà xin dâng thư viện quốc gia.
Nghe tao kể hết những lần say cõng nhau nhẹ hơn nghệ thuật.
Đứa trên ghế bố, đứa dưới sàn nhà, hai tay buông thõng, ước vọng rơi.
Không có nghệ sĩ chân chính nào không ước ao bất tử.
Tiếc thay, tao cũng như mày.

Lâu quá không uống, nâng lên, ngửi một ly đỡ khát.
Ê, Khánh Trường, mày đi đâu vậy?
Kể chuyện cũ sao mày không nghe?
Mới đây, biến đâu mất?
Sao bỏ lại đôi giày?

Ngu Yên

Ghi: Viết để nhắn Khánh Trường: Đừng chờ tao.

Tranh sơn dầu "Huyền Nhiệm" của Khánh Trường

NGUYỄN HÀN CHUNG

Chút Kỷ Niệm Hiếm Hoi

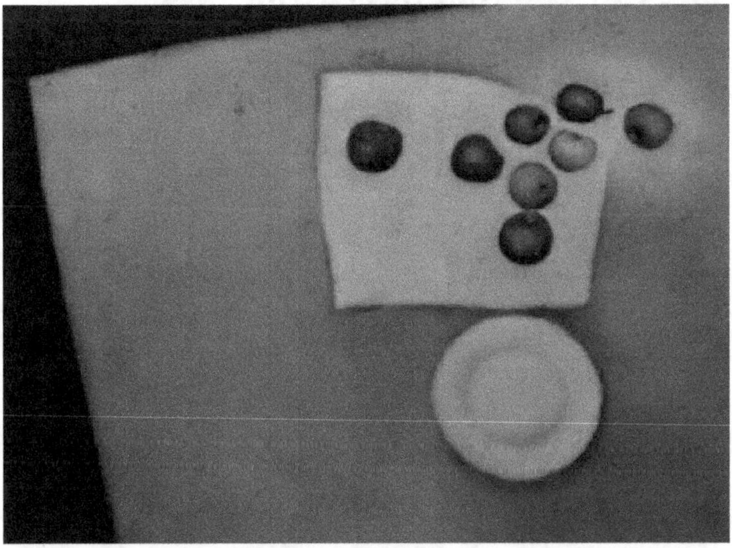

Tranh sơn dầu "Tĩnh Vật 8 trái" của Khánh Trường

Khi còn ở trong nước tôi có thơ in ở hai tạp chí văn chương hải ngoại là Tạp chí Thơ và Hợp Lưu nhưng khi ra hải ngoại chưa hân hạnh gặp Nguyễn Khánh Trường, Đỗ Kh. và sau này là Đặng Hiền lần nào trong đời; chỉ riêng với Khánh Trường thì chat, chit với nhau nhiều hơn, nhiều lần tặng sách cho nhau có nghĩa tôi và anh ấy tình bạn văn chương nằm giữa thân và sơ. Tôi có gửi tặng anh hai bài thơ rồi quên khuấy đi mất. Khi Facebook nhắc lại anh mới gửi tin nhắn cho tôi. Tôi copy nguyên văn cả những lỗi sai cố ý của anh

"Khanh Truong
sáng ni fb nhắc lại năm xưa, đọc mấy câu thi bạn ziết cho tui, lòng vui, quả thược cây kim sát vạch rùi, ngày đặc biệt.

1.
Trong cơn đại dịch đọc văn của Khánh Trường

Kim giây xuống
sát vạch rồi
Đâu còn một thuở
nghiêng trời
phàm phu
Mắt chằm
đồi núi biên khu
Loay hoay mót lá
tàn thu khẽ khàng"

2.
Bài muộn gửi một tài hoa

Tặng nhà văn họa sĩ Khánh Trường

nương tình nào gặp khánh trường
cũng lâm ngõ hạnh con đường ngoại xâm
không bao giờ tiếc lỡ lầm
nhưng bao giờ cũng âm thầm nhớ thương

tung hoành hội họa văn chương
song tấu trên giường trên bố ngang cơ
"tịch dương" chẳng chịu lặng lờ
"đoản thi ngày cũ" bất ngờ sáng trăng

ngồi tình trên chiếc xe lăn
ngón tay còn động siêu thăng cõi này!
10/10/2022

Cả hai bài này Khánh Trường đã đọc và anh cho biết rất thống khoái, anh hứa sẽ in vào sách lưu giữ. Không biết anh có in bài nào không? Anh đã hết cơn đau đớn nhiều năm tháng hành hạ một con người khí phách còn một ngón tay vẫn kiên trì nhẫn nại sáng tác. Thật đáng khâm phục và ngưỡng mộ. Đúng chất Khánh Trường.

ngồi tình trên chiếc xe lăn
ngón tay còn động siêu thăng cõi này!

Tiễn bạn về vô cùng thanh thản

Nguyễn Hàn Chung
Houston Texas cuối năm 2024

Tranh sơn dầu "Tĩnh Vật 7 trái" của Khánh Trường

NGUYỄN HƯNG QUỐC

CHIA TAY KHÁNH TRƯỜNG (1948-2024)

Bìa tạp chí Hợp Lưu số 1, năm 1991

Tôi không thể nói tôi là bạn của Khánh Trường. Tôi gặp anh chỉ có một lần. Tôi có nhiều dịp qua California nhưng không thấy có nhu cầu đến thăm anh. Dù vậy, ở một phương diện nào đó, tôi cũng có thể nói quan hệ giữa anh và tôi khá gần gũi. Có sách gì mới, anh cũng đều gửi tặng tôi. Có khi, nhận được, tôi gửi lời cám ơn; nhưng cũng có khi, bận quá, tôi im lặng. Anh vẫn cứ gửi. Cảm động nhất là khi anh làm tờ Hợp Lưu (1991), tờ tạp chí văn học thuộc loại sáng giá nhất ở hải ngoại. Lúc ấy, tôi mới từ Paris sang Úc định cư. Đất nước mới, văn hóa mới, ngôn ngữ mới và công việc mới, tôi bận đến ngộp thở. Giữa lúc ấy, Khánh Trường gửi các số Hợp Lưu cho tôi. Tôi cứ để tờ báo trên kệ, không có thời gian để đọc. Và im thin thít, không những không có bài cộng tác, mà còn, thậm chí, cả một lời cám ơn cũng không có. Vậy mà anh vẫn cứ gửi báo. Từ năm này qua năm khác. Nhờ đó, tôi có đầy đủ toàn bộ Hợp Lưu từ số đầu đến số cuối. Mỗi lần nhìn chồng báo cao ngất trên kệ, tôi rất cảm kích trước sự kiên nhẫn và hào sảng của anh.

Khánh Trường viết nhiều, từ thơ đến truyện ngắn và truyện dài, hơn nữa, anh còn vẽ tranh và là một trong những người trình bày bìa sách đẹp nhất ở hải ngoại. Tuy nhiên, tên tuổi của anh chủ yếu gắn liền với tờ Hợp Lưu. Đó là một trong bốn tờ tạp chí văn học nổi tiếng nhất ở hải ngoại, bên cạnh tờ Văn của Mai Thảo, Văn Học của Nguyễn Mộng Giác và Tạp chí Thơ của Khế Iêm. So với ba tờ kia, Hợp Lưu có phần nhỉnh hơn. Báo đẹp hơn, bài vở phong phú và mới mẻ hơn. Báo cũng quy tụ nhiều người viết hơn. Chính vì vậy, năm 1994, sau hơn ba năm ngưng bút, khi bắt đầu viết trở lại, tôi đã quyết định gửi cho Hợp Lưu, dù về phương diện tình cảm, tôi thân với Mai Thảo và Nguyễn Mộng Giác hơn. Điều đặc biệt, với những bài ấy, tôi ký tên thật Nguyễn Ngọc Tuấn thay vì Nguyễn Hưng Quốc như thường lệ. Trên Hợp Lưu số 21 (tháng 2.1995), Khánh Trường công khai hóa chuyện bút hiệu của tôi:

"Qua ba bài viết vừa rồi, nhiều độc giả thư, điện thoại về tòa soạn, hỏi: Nguyễn Ngọc Tuấn là ai? Sau nhiều đắn đo, tòa soạn quyết định công khai (rất mong tác giả không phiền lòng): Nguyễn Ngọc Tuấn là tên thật của nhà phê bình văn học Nguyễn Hưng Quốc, một tên tuổi không xa lạ với độc giả trong ngoài nước. Từ ngày giã biệt Paris (Pháp) sang định cư và giảng dạy tại Đại học Victoria, Melbourne, Úc châu, Nguyễn Hưng Quốc ngưng viết một thời gian, công việc giảng dạy chiếm của ông khá nhiều thời gian, phần khác, ông muốn đọc, suy gẫm và tìm kiếm một phương pháp phê bình, nghiên cứu khác." (tr. 31)

Cũng trong Lời tòa soạn ấy, Khánh Trường nhận xét về mấy bài viết mới của tôi:

"Có thể nói lần đầu tiên trong lịch sử văn học Việt Nam có một lý thuyết mới về thơ mang tính sáng tạo, chứ không phải việc lặp lại ý kiến của người trước. Lý thuyết này đúng hay sai, có lẽ còn quá sớm để kết luận. Duy một điều cần ghi nhận: đây là nỗ lực đầy thiện chí, nhằm giúp giới cầm bút Việt Nam sớm vượt qua tình trạng trì trệ trong tư tưởng văn học hiện nay."

Năm 2001, Khánh Trường bị tai biến; năm sau, anh lại bị tai biến lần nữa; năm sau nữa, anh cũng lại bị tai biến. Hậu quả của những lần tai biến ấy, cộng với nhiều chứng bệnh khác, anh phải ngồi xe lăn, tay chân cử động rất khó khăn. Viết trên computer, anh chỉ sử dụng được một ngón tay duy nhất. Vậy mà anh vẫn viết. Hơn nữa, viết mạnh. Trong năm bảy năm gần đây, hầu như năm nào anh cũng có sách mới, có năm đến 2, 3 cuốn, cuốn nào cũng bề thế. Và hay. Không phải cực kỳ xuất sắc. Nhưng vẫn hay. Trên trung bình rất xa. Chúng làm cho sự nghiệp viết lách của Khánh Trường thêm dày dặn hơn.

Bây giờ thì anh đã buông bỏ hết. Cầu anh thanh thản ở nơi xa xôi, nơi anh không còn phải chịu đựng những cơn đau đớn về thể xác như đã từng trong suốt hơn 20 năm vừa qua.

Nguyễn Hưng Quốc

NGUYỄN VĂN SÂM

KHÁNH TRƯỜNG (1948-2024)
NGƯỜI NHIỀU TÀI VĂN HÓA
VÀ THÍCH ĐỨNG ĐẦU GIÓ

Khánh Trường & Nguyễn Văn Sâm
tại tư gia Khánh Trường

Gần đây tôi tới thăm Khánh Trường (KT) nhiều lần ở trong mấy căn nhà đầu đường rất dễ kiếm trong khu mobile home trên đường Bolsa, nhiều lần tới nỗi mỗi khi xe chạy ngang đây thì Ngọc Ánh nhắc: 'Hay ta vào thăm KT.'

Không được tiếp xúc với KT khi tôi còn ở bên Texas, chỉ liên lạc nhiều khi đã chuyển về Nam CA thôi, lúc KT đã bị lọc thận hàng chục năm rồi. Lần nào tới cũng thấy KT lọc cọc đẩy xe lăn ra mở cửa, với nụ cười hiền trên môi và cái bắt tay rất thân thiết, chí tình. Trong những lần đó, tôi cố ý nắm tay KT thiệt lâu, lâu hơn thời gian cần thiết của những cái bắt tay bằng hữu.

Nhiều khi KT nói với khuôn mặt vui hơn bình thường: 'Lâu quá không thấy ông tới, lúc này cũng chẳng thấy nhiều tên thường ghé tạt qua nữa.'

Câu nói như một lời than.

Tôi để gói quà nhỏ đâu đó trên bàn bếp, KT không nhìn tới cũng không cám ơn, anh coi đây là chuyện bình thường và đẩy xe lăn ra phòng khách cho dễ nói chuyện.

Chuyện cũng không có gì quan trọng, chỉ là bạn bè ai đó đã tới thăm gần đây hay nhắc tới người nào lâu rồi không thấy. Nói tới những người này thì KT hứng khởi lên, nhắc về những dật sử của họ để cả hai cùng cười.

Có lần tôi đề nghị, khi có chị Oanh, vợ KT ở nhà, hay là mình cùng ra tiệm ăn món gì đó cho KT cảm nhận không khí sinh hoạt bên ngoài một chút. Và tôi thiệt sự áy náy cùng cảm động khi thấy chị Oanh vất vả đỡ chồng lên, nâng chưn chồng vô trong trước khi đóng cửa xe, rồi quay ra sau cốp cẩn thận xếp xe lăn của chồng... Tôi ngỏ ý phụ một tay thì chị nói cứ để chị lo, lâu ngày quen rồi. Tôi cảm thấy trong câu nói toát ra một sự thương yêu và một sự tận tụy đáng kính trong hoàn cảnh khó khăn phải săn sóc chồng của người phụ nữ VN.

Bà chủ quán Song Long thấy chúng tôi vô thì đon đả chào:

'Chào họa sĩ Khánh Trường, lâu quá không thấy ông ghé.'

KT chỉ mỉm cười gật đầu, hình như người bịnh kiệm lời, thường chỉ giao tiếp bằng những biểu lộ trên khuôn mặt như nụ cười, ánh mắt...

Bà chủ quán nhắc nhỏ với tôi:

'Lúc trước còn nhà văn Mai Thảo, hai ông Mai Thảo và Khánh Trường, sống ở chung cư phía trong', bà vừa nói vừa chỉ ra phía sau, 'Thường ghé, họ ngồi trong cái bàn gần cửa sau rất lâu, có khi hết buổi sáng luôn, để trưa lại ăn cơm.'

Phải công nhận bà chủ quán có trí nhớ dai thiệt tình. Có phải đây là yếu tố để quán lôi kéo khách hay không?

KT ăn thiệt ít, vài ba đũa thì anh kêu vợ dặn chủ quán cho *'to go'*.

Đó là bữa ăn nhà hàng lần cuối giữa chúng tôi vì nhiều lần tôi muốn mời mà thôi. Hoặc chị Oanh không có ở nhà hoặc KT nằm bẹp trên giường, chỉ đưa tay ra bắt, nhưng không ngồi dậy hay đương ngồi xe lăn như thường thấy.

Những lần như vậy KT than nho nhỏ:

'Mới đi lọc thận về, còn mệt quá.'

Trong hoàn cảnh như vậy thì khách tốt hơn là rút sớm để chủ nhơn nằm nghỉ, bỏ ý định mời mọc...

Khánh Trường vẽ cho tôi hai ba bìa sách, bìa cuốn *'Tuồng Kiều Nam Bộ'* tôi ưng ý nhứt và nhiều người khen là họ thích sách này một phần vì cái bìa có hình Kiều cầm đờn quá đẹp... Sáu bìa *'Tuồng Tam Quốc Diễn Nghĩa'* – bộ tuồng gồm 6 quyển – KT đã chọn ra 6 hình trong phim truyện Tam Quốc của Tàu, rất hợp, cũng rất đẹp và bắt mắt.

Những lần nhờ đó, người nhờ thường chỉ cám ơn suông! Có lần thấy KT ở nhà một mình, cô đơn tuyệt cùng, tôi đưa KT tờ trăm đô, anh không cầm lấy mà chỉ nói: 'Thôi ông giữ di!', trong cái khoát tay, 'Giờ tôi không biết làm gì với tờ giấy đó, cũng không biết để đâu và quên giá trị của nó rồi.'

KT đa tài ai cũng biết, anh viết văn thiệt mau, nhiều tình tiết rất hiện thực, vẽ thì thần sầu, đa chủng, đa cách điệu. Nhưng điều ai cũng phục là anh mở đường làm tờ Hợp Lưu (HL) trong thời gian mà những cây viết ở hải ngoại và quốc nội còn chưa tương thông và nhiều ngờ vực nhau do ảnh hưởng chánh trị từ nơi mình đương sống. Anh bị tấn công nhiều, kể cả những người từng là bạn bè lâu năm, tờ báo điêu đứng thời gian đầu, người chủ trương phải viết một truyện dài dung tục – dùng bút hiệu khác dĩ nhiên – để lấy tiền nuôi tờ báo. Nhờ cái dũng khí của người đứng đầu gió mở đường của KT, các cây bút bên hai bờ biển đã hiểu nhau rằng:

- Người viết thiệt sự dầu ở hoàn cảnh nào cũng không bẻ cong ngòi bút để bị chánh trị mua chuộc.

- Hiểu rõ hơn sự suy nghĩ của những cây viết còn ở lại và ở đây vẫn rải rác còn những người tài.

- Biết được ở trong nước đương có những tiếng nói văn chương khác với loại văn chương phải đạo đang bao trùm...

Bó đuốc soi đường đó của HL bây giờ – dầu không nói ra nhưng ai cũng biết – đã được đốt lên lần nữa mấy năm nay ở hải ngoại như *Văn Học Mới* (CA, Hà Nguyên Du), *Ngôn Ngữ* (Canada, Luân Hoán) và ở trong nước có một tờ mà người viết bài này tạm không nói tên.

Ảnh hưởng của HL là ở chỗ đó, dai dẳng đa dạng...

Bộ HL cho tới giờ vẫn là bộ tạp chí hải ngoại nhiều giá trị cùng đứng trong hàng ngũ những tờ báo văn học đáng giá của nền văn chương hải ngoại như tờ *Văn* (Mai Thảo – Nguyễn Xuân Hoàng), *Văn Học* (Nguyễn Mộng Giác), *Khởi Hành* (Viên Linh).

Giờ thì KT đã về trời. Anh nằm xuống bạn bè thương tiếc vì nhiều lý do, trong đó lý do quan trọng nhứt là KT đã để lại nhiều dấu ấn khi xuống tới trái đất này làm người Việt Nam, đã đóng góp cho văn hóa Việt. Tôi ví KT như cánh nhạn qua đầm, khi bay qua vùng trời văn hóa VN đã để lại cái bóng bằng những tác phẩm của mình trong đó như nhiều người tài khác trước đây. Những Nguyễn Du. Những Hồ Xuân Hương. Những Pétrus Ký. Những Nguyễn Đình Chiểu. Những Bà Huyện Thanh Quan. Những Tản Đà xa xưa...
Và gần đây là Bình Nguyên Lộc, là Vũ Anh Khanh, là Phạm Duy, là Nguyễn Đình Toàn, là Nguyễn Mộng Giác, là Nguyễn Tất Nhiên, là Mai Thảo, là Nguyễn Xuân Hoàng, là Tô Thùy Yên, là Đinh Cường, là Huy Tưởng, là Bé Ký, là Nguyên Sa...

Những con hạc bay qua đầm để lại dấu ảnh trong nước đầm kể hoài không hết cho thấy sự mãnh liệt của đời sống văn hóa Việt. Nó sẽ trường tồn tôi chắc chắn như vậy.

Thôi *'bạn ta'* yên nghỉ. Cầu đoạn trường kẻ trước người sau thôi.

Tôi gọi KT là *'bạn ta'* lần cuối. Rồi từ nay sẽ gọi bằng chức danh khác thiệt trang trọng: Họa sĩ Khánh Trường của nền văn hóa VN hải ngoại.

Nguyễn Văn Sâm

(Victorville, CA, Dec 30, 2024)

Tranh sơn dầu "Vô Thường" của Khánh Trường

NGUYỄN VIỆN

KHÁNH TRƯỜNG –
BƯỚC NGOẶT CỦA ĐỜI TÔI

Bìa "Thần Thánh Không Biết Bơi" do Khánh Trường thiết kế

Tôi đã không hề biết đến tên Khánh Trường cho đến khi một tiểu thuyết ngắn của tôi, "Đâm sừng vào bóng tối" được đăng trọn vẹn trên tạp chí Hợp Lưu vào năm 2001 với một chapeau trọng thị của anh. Một bất ngờ ngoài ý muốn của tôi. Và đấy cũng là điều đã xô đẩy cuộc đời tôi, văn chương tôi qua một ngã rẽ khác.

Tôi bị cho nghỉ việc khỏi báo Thanh Niên, chính thức bước sang lề trái của dòng văn chương phi chính thống. Chưa bao giờ hối tiếc về điều đó, cho dù sau đó tôi đã gặp rất nhiều khó khăn trong cuộc sống. Cũng nhờ thế, văn chương tôi từ bỏ cái hoa mỹ, phải đạo để định hình một dấn thân cho tự do và nhân phẩm. Tôi bắt đầu viết nhiều cho Tiền Vệ, Da Màu, Hợp Lưu, Văn Học, Văn... Và xuất bản tác phẩm tại Mỹ một cách đều đặn, cũng như cộng tác với các báo đài khác như BBC, RFA...

Năm 2006, tôi đến Mỹ qua chương trình của William Joiner Center thuộc Đại học Massachusetts. Một trong những người tôi cần gặp, tất nhiên là Khánh Trường. Cùng đi với tôi có nhà văn Nguyễn Mộng Giác, Phùng Nguyễn, Hoàng Ngọc-Tuấn và Thận Nhiên. Khánh Trường lúc đó đã ngồi xe lăn, nhưng anh vẫn còn hoạt bát. Dưới mắt tôi, Khánh Trường không "ngầu" như lời đồn. Anh vui vẻ, tếu táo.

Sau này, khi Khánh Trường dự định làm tạp chí Mở Nguồn cùng với Trần Vũ... đã nhờ Thận Nhiên thực hiện bài phỏng vấn tôi cho số ra mắt, nhưng dự án ấy bất thành, tôi cũng không rõ lý do. Tuy nhiên, anh Khánh Trường vẫn giữ tên Mở Nguồn cho một nhà xuất bản mới của mình. Tiểu thuyết đa phương tiện "Thần thánh không biết bơi" (2019) của tôi đã được Mở Nguồn in. Khánh Trường cũng là người đã thiết kế bìa cho tập thơ gần như duy nhất của tôi cho đến nay, "Trong hàng rào kẽm gai, tôi thở" do Nhân Ảnh xuất bản năm 2018.

Để nói về Khánh Trường, không thể không nhắc đến việc anh cùng một số thân hữu đã cho ra đời tạp chí Hợp Lưu. Một việc thuộc loại liều mạng trong bối cảnh chính trị lúc ấy. Có lẽ chỉ có thể là cựu lính dù như Khánh Trường mới đủ bản lĩnh và dũng cảm để đối phó với bốn bề địch/ta. Chỉ vì chữ "hợp lưu". Nhưng lạ thay, theo tiết lộ của nhà thơ Lê An Thế, một trong những thành viên sáng lập, thì chữ "hợp lưu" nhạy cảm ấy lại là đề xuất của một nhà văn trong nước – Nhật Tuấn.

Giờ đây, Khánh Trường đã không còn nữa, Hợp Lưu đã đổi chủ. Thiên thần gãy cánh, những ngang tàng đã khép lại. Một cuộc đời đã xong. Nhưng, Khánh Trường cũng như Hợp Lưu sẽ còn lưu danh hậu thế không phải chỉ là sự góp phần cho hòa giải, mà quan trọng hơn, chính là cho sự thay đổi bộ dạng của văn học Việt. Công đức ấy vô lượng.

Nguyễn Viện

Tranh sơn dầu "Tĩnh Vật 2 trái" của Khánh Trường

NGUYỄN VY KHANH

KHÁNH TRƯỜNG, NHÀ VĂN

Khánh Trường tên thật Nguyễn Khánh Trường, sinh năm 1947 (khai sinh ghi 8-4-1948) tại Khánh Thọ, Tam Kỳ, Quảng Nam. Bút hiệu khác: Nguyễn Thị Giáng Châu, Kim Thi. Năm 1968 nhập ngũ, 1970 bị thương, 1972 giải ngũ. 1986 vượt biển đến Thái Lan và định cư vùng Nam California. Làm báo, làm thơ, viết văn và là một họa sĩ nổi tiếng từng triển lãm tranh ở Việt Nam, Phi Luật Tân, Mã Lai, Pháp, Đức và Hoa-Kỳ. Khánh Trường chủ trương tập san *Hợp Lưu* (1991 – 2005) và các nhà xuất bản Tân Thư, Mở Nguồn ở California. Tác phẩm đã xuất bản: *Đoản Thi Khánh Trường* (thơ, Sống Mới 1988) – *Có Yêu Em Không?* (tập truyện, Tân Thư 1990; bản dịch của Phan Huy Đường *Est ce que tu m'aimes?,* 1997) – *Chỗ Tiếp Giáp Với Cánh Đồng* (tập truyện, Tân Thư & Thời Văn 1991) – *20 Năm Văn Học Việt Nam Hải Ngoại 1975- 1995* (biên tập cùng Cao

Xuân Huy, Trương Đình Luận, Đại Nam 1995) – *Chung Cuộc* (tập truyện, Tân Thư 1997) – *Truyện Ngắn Khánh Trường* (2 tập; Nhân Ảnh, 2016) – *Khanh Truong Oil Paintings* (Nhân Ảnh, 2018) – *44 Năm Văn Học Việt Nam Hải Ngoại 1975 - 2019* (biên tập cùng Nguyễn Vy Khanh, Luân Hoán; 2019) – *Chuyện Bao Đồng* (tạp bút, 2019) – *Tịch Dương* (2019) – *Dấu Khói Tàn Tro* (2020) – *Bãi Sậy Chân Cầu* (2020) – *Có Kẻ Điên Cuồng Khóc* (2020) – *Xuyên Giấc Chiêm Bao* (2021) – *Đừng Theo Dông Bão* (2021) và *Nắng Qua Đèo* (2021), *Năm Tháng Buồn Thiu* (2022), *Thơ Khánh Trường* (2024) và *Cùng Nhau Đất Trời* ("du ký tiểu thuyết"; 2024) – từ 2019 đều do Mở Nguồn xuất bản. Ông mất ngày 29-12-2024 tại Fountain Valley, California, sau nhiều năm bệnh tật.

Các truyện của Khánh Trường đã đưa người đọc đến với **thế giới người Việt thời đầu, thuở giao thời, thời tranh tối tranh sáng của ghetto Việt-Nam** – chúng tôi xin ghi nhận qua một số truyện ngắn.

Chiến tranh Việt-Nam đã chính thức chấm dứt ngày 30-4-1975 khi Cộng quân tràn vào thủ đô miền Nam bỏ ngỏ và ở những quốc gia đã mở cửa đón nhận người Việt tị nạn / mất Tổ quốc, thì sau ngày đó, dần dà hình thành các khu phố rồi cộng đồng Việt-Nam. Sự có mặt sinh động của cộng đồng này đã là nguồn cảm hứng cho giới sáng tác văn học cũng như ca nhạc, kịch nghệ. Trong số có những truyện ngắn của Khánh Trường, đã ghi lại, một cách sống động, tả thực đến khó tin những thân phận bất toàn, tang chứng của chiến tranh ở quê nhà cũng như trên đất người. Chiến tranh thời vừa qua, những cuộc hành quân, đụng độ, ... được nhắc nhở dưới nhiều tần số khác nhau, nhưng luôn xa gần hiện diện trong truyện Khánh Trường: anh hùng có, nhát sợ cũng có, cùng những chuyện vượt biển hãi hùng, ... Ngày cũ được đưa trở lại để tiếc nuối, biện minh hoặc đã nằm trong "tiểu sử" của các nhân vật, hoặc như hội chứng sinh ra những hành cử, thái độ, lựa chọn của hôm nay, ở xứ người...

Nhân vật của Khánh Trường có kẻ hết thời, sống bám đàn bà, ... như "người đàn ông" hết bay nhảy vì bệnh tật sinh lý, không chịu được nhục vợ theo trai tìm thỏa mãn thiếu thốn, đã dùng súng giết bà trong Đọc Thấy Trong Mục Xe Cán Chó, như người từng có "dĩ vãng vàng son" của một thời lẫy lừng trước năm 1975, trách móc "xứ sở vô tình bạc bẽo này" chỉ vì bất tài, vợ con phải bỏ đi, trong Chắp Vá, ... Nhiều nhân vật nam cũng như nữ của Khánh Trường sau khổ ải ở quê nhà hay sóng gió vượt biên, đến được bến bờ Âu Mỹ như cá gặp nước, chạy theo dục vọng với bất kể là ai (danh mục rộng và mở trong một xã hội nhà ai nấy ở!), lén lút và công khai. Có lúc suy nghĩ, muốn thay đổi nhưng hoàn cảnh đã dĩ lỡ hoặc như anh chàng trong Căn Nhà Chàng Đã Thuê.

Và cũng có những phụ nữ "*qua được xứ này bỗng nhiên biến tính*", thiêu thân, sống chết vì ham hố giao hoan (dì thích cháu ngay trong nhà gần 20 năm sau thích bố mà không nỡ trong Cây Xăng Bên Kia Đường, hay mẹ và con gái cùng chú Luận trong Vết Roi Đầu Tiên), hoặc vì tham vọng, như Kh. trong Chỗ Trở Về. Vai vế vợ chồng đảo ngược ở xứ người. Phụ nữ cũng đi làm, cũng trăm bề phải hội nhập, đối phó, và những lúc khác, cũng đi đêm đi ngày, nay có đông người tị nạn thì "tình đồng hương bỗng ngùn ngụt bùng cháy" cũng "ta về ta tắm ao ta" sau thời gian hôn nhân dị chủng (chủ nhiệm báo, vợ sau của Mr. Trần), ... thiếu nữ trẻ luôn có lợi khí đối với người đàn ông "nhạy cảm sinh lý thái quá" trong Căn Nhà Chàng Đã Thuê, ... khiến xảy ra những chuyện khôi hài "cộng đồng" – như bà chủ báo sao cuốn nhật ký của cô nhân tình của chồng phát cho tai mắt cộng đồng trong bữa tiệc "*bất hạnh cho tôi, mà cũng may mắn cho tôi, qua tập nhật ký quý vị sắp được đọc, tôi đã có cơ hội nhìn ra chân tướng của một số quý vị, của ông nhà tôi, những người đang đại diện cho cả một thế hệ lưu vong, những chiến sĩ can trường cuối cùng trên tuyến đầu chống lại bạo lực hà khắc tại quê hương. Giờ này, tôi không còn biết nói gì hơn, chỉ mong quý vị, cũng như nhà tôi, xin hãy thôi đi, đừng nói, đừng bàn, đừng làm việc lớn nữa*" (Cuốn Nhật Ký, *TNKT*, 2, tr. 57).

Thế giới văn của Khánh Trường

Một thế giới văn nhiều ám ảnh, mặc cảm nhưng anh tự tin, can đảm khi nói đến những "cấm kỵ" của tập thể. Những nhân vật của Khánh Trường sống cho bản năng – "làm vừa lòng xác thịt", bất kể luân thường đạo lý thứ mà nay không còn chỗ tựa/căn bản/thể thống để có thể phê phán. Không truyện nào mà không có chuyện sex. Dù vậy, trong không gian ẩm ướt thu hẹp đó vẫn có những chuyện tình đẹp, như tình yêu với Trâm, người thiếu nữ bất hạnh mất một chân và cả gia đình vì chiến cuộc trong Tình Yêu – cũng là đoạn sau của đời chàng học sinh được bà chủ trọ nhập môn làm tình đến suy kiệt sức trai!

Các tập truyện *Có Yêu Em Không?* và *Chung Cuộc* của Khánh Trường gồm những truyện ngắn phần lớn viết về đời sống mới của những người đến từ một quá khứ, những thương phế binh, những con người cần trao đổi xác thịt như cần hơi thở, những dịch vụ share phòng, những cuộc rượu, những chia ly, tái ngộ, những cuộc tình không trơn tru, éo le về tuổi tác hoặc nhu cầu, đáp ứng ăn khớp và so le. Với người đồng chủng và dị chủng.

Những Vòng Tròn Không Đồng Tâm có thể vì cảm giác hơn 20 năm trước có thể đã không còn nữa khi phải đối đầu với hiện thực: Quỳnh Thư, sau khi hôn nhân đổ vỡ, tình cờ tái ngộ đã muốn chọn, trao gửi tình yêu thời con gái cho Huân, người họa sĩ với đôi chân tật nguyền. Cuộc kiếm tìm tưởng sẽ là hạnh phúc và định mệnh bất phân ly cho tái ngộ, cuối cùng chỉ là vô vọng: "*Huân vẫn dịu dàng, câm lặng, chịu đựng. Nhưng tôi hiểu hơn ai hết, tôi không thể tiếp tục đánh lừa mình. Tôi vẫn là tôi của những năm mười tám, hai mươi, vẫn muốn đi tìm sự hoàn hảo ở một người đàn ông. Hoàn hảo ở cả thể xác lẫn tâm hồn. Tôi biết, sẽ chẳng bao giờ tôi tìm ra mẫu người lý tưởng đó*" (CC, tr. 131).

Có Yêu Em Không? Là chuyện tình cảm của lính tráng, của một thiếu úy Nhảy Dù: những lần về phép là trác táng, chửi tục, nhưng bạn nhậu Kh. bất ngờ chết trận: *"Kh. đứng trên gò đất cao, hét khản giọng: Thằng Toàn mang cây M60 qua góc trái... Rồi, bắn vào chỗ bụi cây kia cho tao... Không phải, bụi cây lớn sau đám tranh kia kìa... Đụ mẹ ngu như con bò. Tao bảo bụi cây sau đám tranh. Mày không thấy lửa khạc ra chỗ đó sao? Tiếng đại liên nổ thành chuỗi giòn giã, lá cây tung tóe, những chiếc nón tai bèo phóng chạy như biến vào góc rừng. Tiểu đội khinh binh đâu? Theo tao. Kh. nhảy xuống gò đất, khoát tay ra lệnh cho bọn lính, miệng không ngớt: Lên, lên... lên mau... Tôi chạy lúp xúp sau Kh., một thằng lính vượt qua mặt tôi, nó hét: Chuẩn úy cúi thấp cái đầu xuống, coi chừng không có chỗ đội nón... Tôi chưa kịp nhìn xem thằng lính là ai thì hắn bỗng bật ngửa ra sau, giãy đành đạch, cái nón sắt văng khỏi đầu, lăn long lóc vào đám cỏ cao, cánh tay trái của hắn bung lên, đập vào ngực tôi, rơi xuống chân, co giật liên hồi. Tôi điếng người, vội nhủi vào một gốc cây, úp mặt sau lớp vỏ sần sùi, tay chân tôi run bắn, cây súng trên tay chực muốn rớt.* (...) *Nửa đêm, một trái pháo vu vơ rơi ngay hầm chỉ huy. Kh. chia ba với thằng tà lọt và tên lính truyền tin quả đạn. Khi đào hầm lên, phải cố gắng lắm bọn lính mới gom được một đống thịt xương trộn lẫn cùng đất cát. Phần Kh., tôi chỉ nhận ra hắn nhờ chiếc thẻ bài và hai cái hoa mai trên cổ áo. Cái chết đúng như lời một bài hát, chết thật tình cờ... Chết thật tình cờ! Phải, nhưng nhất định không nằm chết như mơ!* (...) *Đụ mẹ, bảy năm trong một đơn vị tác chiến thực thụ, tôi chưa bao giờ nhìn thấy một cái chết như mơ! Chỉ có chết tan xương nát thịt, như Kh., chết cụt đầu cụt tay, chết cháy đen giống cây than hầm, chết banh ngực lòi phèo lòi phổi, chết phơi bụng đổ ruột cứt dái lòng thòng... như bao nhiêu thằng lính lớn lính nhỏ. Chết như mơ. Đụ mẹ, nói phét cũng vừa thôi.* (Có Yêu Em Không?, tr. 178-180).

"Có yêu em không?" đã là câu hỏi kiếp người, trở thành "lãng mạn" không cần thiết ở lúc da thịt cận chiến như lúc này. Lệ biên thư, báo tin có thai. Anh chàng không muốn và vẫn luôn nghĩ *"làm chồng Lệ, điều đó quả quá sức tôi. Chẳng bao giờ, không đời nào. Tôi thà biến thành tên sát nhân còn hơn phải chấp nhận cái giá kinh khủng này. (...) Không thể được, tôi tự nhủ. Trong tôi, niềm ân hận mỗi lúc một lớn, nó giày vò hành hạ tôi đến đau quặn buồng ngực. Nhưng không thể được. Cuối cùng tôi quyết định tiếp tục im lặng. Tôi chọn thái độ của một tên sở khanh. Đành vậy. Tôi thì thầm, với Lệ, mà như với chính mình. Xin lỗi, anh xin lỗi em"* (tr. 199). Chàng ta lấy vợ đẹp và quên dĩ vãng. Nhưng ngày 30-4, anh bị đi "học tập", vợ đã vượt biên với người khác; anh trở về, nghiện xì-ke, vá sửa xe đạp. Một ngày kia tình cờ gặp lại Lệ với thằng con trai bên người chồng đủ để cho anh ta thêm hối hận và mặc cảm.

Mưa Đêm là câu chuyện siêu-thực của cô gái điếm giang hồ và người lính bại trận ngay sau ngày 30-4-1975. Tên lính bị thương, hết chỗ để về, đành sống trong căn chòi trong bãi tha ma với "con đĩ" thường làm nơi tiếp khách mua dâm. Một cuộc sống như đã chết, nơi tận cùng địa ngục, với những màn ẩu đả từ chết tới bị thương giữa người với người, với ma, với thần chết, ... Và những cơn mưa tầm tã kéo theo những cơn gió lốc mãnh liệt. Và chờ đợi vô vọng của tên lính: *"Con đĩ bao giờ mới về? Trời đang mưa lớn thế kia, con đĩ làm thế nào về? Nếu nó đi suốt đêm, nếu nó bắt được mối ngủ đêm, nếu xe bộ đội cán nó dập đầu? Cũng dám lắm chứ! Suốt ngày nay hai đứa nào đã có một hột cơm bỏ bụng, chính đó là nguyên nhân con đĩ giở chứng với tôi. Đói, mệt, mưa tầm tã, con đĩ đi đứng lạng quạng dám đâm đầu vào xe lắm chứ! Tôi cố hết sức bò ra khỏi cửa. Có cách gì đến được hương lộ thì mới hy vọng gặp người lạ cầu cứu nhờ đưa tới nhà thương. Nhưng bán thân đã bất toại, hai tay tôi lại quá yếu, không cách nào lê nổi tấm thân, dù chỉ một hai thước. Tôi tuyệt vọng gục xuống. Cơn đau lại dội lên như muốn vỡ tung đầu óc. Đành chịu chết sao? Tôi lầm thầm cầu trời khấn Phật mong sao cho con đĩ xuất hiện.*

Con đĩ trở về cùng thằng ăn mày để nhìn gã lính *"miệng há hốc, chiếc lưỡi thè ra dài ngoẳng, chỗ yết hầu, cạnh sắc của miếng tôn ngập sâu, lầy nhầy một vết cắt toang hoác, dòng máu ứa ra, chảy xuống, đọng vũng trên nền đất"* (tr. 49, 50).

Khung cảnh và không khí truyện Mưa Đêm gợi người đọc

truyện Ba Con Cáo của Bình-Nguyên Lộc. Ở Ba Con Cáo, nhân vật là một cô gái ăn sương (hồ ly), một tên trộm cắp (Sáu Sửu) và một con cáo. Sống trên mồ mả, cả ba "con cáo" khi cần nhau thì tỏ ra có tình có nghĩa trước sau coi cho được nhưng cũng dễ *"cạn hết chất người"* phản nhau khi bản năng sinh tồn buộc phải ra tay. Một cõi nhân gian của Sài-Gòn vào những năm 1950 ở Sài-Gòn! Trong khi nhân vật bạo lực, mất nhân tính của Mưa Đêm sống vào thời chiến tranh đã trở nên khốc liệt, tồi tệ và dưới ngòi bút phản kháng của Khánh Trường, mọi sự đã không còn có thể cứu vãn được nữa!

Biến Cố Trong Rừng Tràm: Nhân một buổi tiệc cuối năm nơi xứ người, những người bạn gặp lại nhau, có người từ ngày vượt biên. Chuyến đi thất bại, họ trốn chạy công an và lạc giữa rừng tràm. Đói khát, bản năng sống còn đã mạnh hơn lương tâm con người. Người thiếu nữ ngày nào, nay là một mệnh phụ đã sống dở chết dở, trải qua ba đời chồng luôn bất an sau biến cố trong rừng tràm "*... Thì ra biến cố trong rừng tràm đã biến Thu thành một người lãnh cảm. Thu sợ đàn ông, sợ chăn gối. Nỗi sợ ám ảnh nàng không rời, ngay cả khi nằm trong tay chồng. Nỗi sợ đôi khi biến thành phản ứng điên khùng như hôm ở nhà Huân*". Cuối cùng, Thu cũng tìm được chốn tạm ổn, *"Mười năm nay, tôi cứ suy nghĩ mãi về cái lẽ hỗ tương mâu thuẫn giữa thiện và ác, giữa khổ đau và sung sướng. Anh biết không, nếu các anh không... làm thịt đứa bé, nếu không nhờ đám khói và mùi thơm... thì đám săn chim đâu có phát hiện ra chúng tôi? Có lúc tôi căm thù, ghê tởm các anh, nhưng cũng có lúc tôi thầm cảm ơn các anh. Vậy đó, đời sống như một cõi sương mù mịt mà chúng ta thì cứ mãi quờ quạng bước đi, chẳng thể hiểu nổi đường nào sai, lối nào đúng...*" (*TNKT*, 2 tr. 152).

Những Mảnh Đạn thêm một lần đưa người đọc đến với những tan hoang tàn độc của chiến tranh và những hậu quả không thể tránh. Những mảnh đạn đã và đang tiếp tục tàn phá con người toàn diện, thân xác và tư tưởng, tâm hồn, không tha thứ, không nhượng bộ, đình chiến, ... Nhưng người bị thương thường sống với hy vọng. Nếu không thì "rắc rối đấy", vì *"Chiến tranh. Chiến tranh kỳ cục".*

"Nhưng chiến tranh cũng dạy cho con người nhiều điều. Một cách nào đó, anh rất cảm ơn những kinh nghiệm máu xương. Nó làm mình lớn lên."

"Bộ bao nhiêu người chưa từng trải qua kinh nghiệm đó đều là trẻ con cả ư?"

"Họ vẫn trưởng thành đấy chứ, có điều trưởng thành một cách khác. Tất cả chúng ta đều yêu cuộc sống này, nhưng những người không có kinh nghiệm gì với máu xương thường vị kỷ, hẹp hòi. Anh cho, chỉ khi nào trực diện với cái sống cái chết, con người mới đủ bao dung để nhìn cuộc đời một cách khách quan."

"Chừng nào thì nó trồi ra hở anh? Nó có trồi ra không?"

"Trồi chứ. Anh đã nói rồi mà, cơ thể của chúng ta dị ứng với những vật lạ. Nếu nó không trồi ra thì cơ thể sẽ tạo thêm một lớp mỡ để giấu nó đi, quên nó đi."

"Ước gì đầu óc con người cũng có khả năng giấu đi, quên đi mọi chuyện đã qua như thể xác anh nhỉ." (tr. 46, 47).

Những mảnh đạn "chết tiệt" đó: "Tôi nghĩ, đến một lúc nào đó Thuận và Alex sẽ phải hiểu được điều giản dị này: tôi đã là một cái xác mục, một dĩ vãng cần lãng quên. Tôi cầu mong như thế." (tr. 53).

Truyện đã kể, người đọc phải theo dõi kỹ mới hiểu, mới thấm; và đã để lại "vết thẹo" như những tàn tích chiến tranh.

Chỗ Tiếp Giáp Với Cánh Đồng: Cô gái ngồi xe lăn như "một món đồ hư hỏng chiếm quá nhiều diện tích làm vướng chân vướng cẳng mọi người", một "nhân dạng" không toàn vẹn, "như một cái giằm ghim sâu vào da thịt, nhổ ra chẳng đặng, để đó thì nhức nhối triền miên", ... Tật nguyền, cô cũng có khát vọng yêu thương, có những "*ước muốn tôi không dám triển khai. Nó cũng què quặt và bất toàn như chính con người tôi*", ... Nhưng người mẹ vẫn tàn nhẫn với đứa con do mình sinh ra, luôn đánh đập, nguyền rủa *"Rắn độc cắn chết mày đi, đồ oan gia nghiệt súc"*. Thật ra, cô chỉ là cái cớ để bà nguyền rủa người đàn ông, bố của cô, đã đến với bà, ... Và người bố dượng thì ngược lại, như bóng mát, như bờ vai, như đối tượng khao khát mà ngồi trước khung cửa sổ hàng ngày phải chứng kiến người và thú làm tình khiến xác thịt không tránh được "*sần sượng tê dại*": "*Tôi xấu, phải. Tôi bất toàn, phải. Nhưng tôi cũng là đàn bà. Đàn bà, đàn bà... Chứ sao? Tôi có cái quyến rũ của một con cái, một con cái trong mùa động cỡn, người ngợm tôi chắc phải tiết ra mùi vị nào đó, mà bọn đàn ông, kể cả bố, cũng phải ngửi thấy chứ?*" (*TNKT*, 2, tr. 174). Chỉ là một nơi tiếp giáp như vậy, vì cô ta vẫn sống với "*một cái đầu đậm đặc những ảnh tượng tật nguyền*"!

Chung Cuộc kể chuyện gặp gỡ nơi xứ người rồi sống chung của một cựu "quân nhân, bị pháo kích, cụt chân, giải ngũ" và một bà đã có hai con lớn: "*Cuộc đời hắn, hiện tại, chỉ xoay quanh hai mục tiêu: chiếc giường và những chai rượu. Chiếc giường, bao giờ hắn cũng ở trong tư thế ứng chiến. Rượu, li bì từ sáng tinh mơ đến già nửa đêm. Càng uống, càng lầm lì trầm mặc. Càng uống, càng chứng tỏ khả năng vô giới hạn của một sinh vật thuộc giống đực. (...) ... Xuyên qua cái giống, hắn và người đàn bà cuống cuồng tìm kiếm lạc thú, thứ lạc thú vừa tỉnh táo vừa mù lòa, thứ lạc thú của những kẻ mang bệnh khổ dâm. Thứ lạc thú đau đớn, bệnh hoạn*" (CC, tr. 91). Nhưng rồi hắn bị tai nạn, bà vẫn đón về như để chứng minh rằng – "*Những sinh vật khốn khổ thường có khuynh hướng chối bỏ nhau tuy vẫn cứ phải dựa vào nhau*". Một chung cuộc... nhân bản!

Những truyện ngắn khác, trích từ ***Truyện Ngắn Khánh Trường***, như Thảm Cỏ Nát Trong Khu Rừng Hoang qua chuyện "chú Giản" nghệ nhân đa tài và đa tình, được cha "tôi" cho ở trong căn nhà cuối vườn, nơi bao cô gái trong làng đã qua tay ông, cả mẹ của nhân vật "tôi" 12 tuổi. Vì "tôi" chạy tìm cô Tâm báo động mà sau đó đời sống gia đình "tôi" trở thành địa ngục. "*Cha mẹ tôi không bỏ nhau. Luân lý, phong tục, con cái... không cho phép họ làm điều đó. Nhưng cũng bởi những hệ lụy ràng buộc kia, họ đã biến thành những con thú khốn quẫn nhất, tồi tệ nhất. Mẹ tôi hốc hác rạc rài* *hẳn ra, chẳng hiểu vì hối hận, vì nhớ thương người tình giang hồ tài hoa hay vì những đòn thù của cha tôi. Cha tôi, người đàn ông trầm tĩnh, chừng mực, nghiêm khắc, đã không quên được mối nhục. Ông dai dẳng trả thù người vợ tội lỗi bằng cái cách bề ngoài xem ra rất... nhẹ nhàng nhưng lại hết sức tàn độc. Tôi từng nhìn thấy, nhiều lần, rất nhiều lần cách trả thù vô cùng hiệu quả của ông.*

Thỉnh thoảng, vào buổi sáng, khi mẹ tôi dọn lên bàn phần ăn sáng của cha tôi, ông giữ bà lại:

"Đứng đó, tui biểu."

Đã đoán trước việc gì sắp xảy ra, mặt mẹ tôi trở nên nhăn nhúm thất đảm. Cha tôi chậm rãi móc túi vất lên bàn tờ giấy bạc 10 đồng, hất hàm: "Đó, trả công tối qua."

Mẹ tôi đứng chết lặng như một tượng gỗ. Cha tôi vừa kéo phần ăn sáng về phía mình, vừa thản nhiên nhắc: "Cầm đi, còn chờ gì nữa? Tui trả đúng giá đó, loại đĩ nhỡ thì như cô, giá rứa phải chăng lắm rồi. Tui đi chơi bời bên ngoài có khi còn rẻ hơn"" (TNKT, 2, tr. 316-317)

Người mẹ bỏ đi và chết trôi sông. Vài năm sau, người cha cũng chết đuối té sông vì rượu. Bỏ đi hoang, sống giang hồ, "tôi" cứ bị ám ảnh và đâm ra nghi ngờ ai là cha ruột: *"Lại nữa, năm tháng qua đi, tuổi đời chồng chất, tôi càng thấy rõ hơn điều này: Ngoại trừ những thánh nhân – nếu quả thật có thánh nhân – tất cả chúng ta, những con người bình thường, đều mãi mịt mù trầm luân trong điều phải lẽ trái.*

Quả thật rất khó khăn khi muốn phân định rạch ròi đâu là biên giới giữa thiện và ác. (...) *Xét cho cùng, mỗi người sinh ra đều gắn liền với một định mệnh. Chú Giản, mẹ tôi, cha tôi, và cả tôi nữa đều là những quân cờ nhỏ nhoi trên một bàn cờ nghiệt ngã mang tên định mệnh.*

Nhưng tại sao tôi cứ mãi tìm cách biện minh, bênh vực chú Giản? Phải chăng trong huyết quản tôi, dòng máu của chú Giản đang cuồn cuộn chảy? Phải chăng sợi dây vô hình nhưng thiêng liêng của huyết thống đã trói buộc hai chúng tôi lại với nhau, đã khiến tôi không thể nào nghĩ về chú Giản như nghĩ về một kẻ thù đã từng gây ra bao nhiêu biến cố tai ương?" (tr. 323-324).

oOo

Trong lời tựa lần tái bản *Có Yêu Em Không?*, Khánh Trường quan niệm "*nhà văn không thể và cũng không có khả năng cải tạo xã hội, hắn chỉ có thể làm được công việc hết sức khiêm nhường là phản ánh trung thực môi trường hắn đang sống (...) mỗi nhà văn tự chọn cho mình một cách thế biểu hiện. Nhà văn, tuy không làm nổi công việc cải tạo xã hội. Nhưng mãi mãi sẽ là những sứ giả tận tụy, không ngừng sống chết với những ước mơ. Tôi là một nhà văn, tôi cũng đang cống hiến cho cuộc đời những ước mơ...*" (tr. I, II).

Và trong cuộc phỏng vấn của Nguyễn Mạnh Trinh, Khánh Trường cho biết: "*Tôi chỉ thực sự cầm bút khi định cư ở Mỹ, vì "bực" những mặt hàng giả quá nhiều trong văn chương hải ngoại, phát sinh từ não trạng chật hẹp "ta, địch, bạn, thù", và thói đạo đức giả. Tôi viết, tôi "phản kháng". Một trong những vũ khí tôi dùng để chống lại các định chế, định kiến ấy, là tình dục. Bởi nghiệm cho cùng, có vẻ như mọi cơ sự xảy ra trong cõi trần ai này đều phát sinh từ tính dục (nếu anh bảo tôi ăn phải bả của Freud, cũng được). Dục tính chi phối con người, chi phối xã hội. Dục tính làm nên văn chương, nghệ thuật. Dục tính tạo ra hận thù, chiến tranh... Tôi viết về tính dục, tôi khai thác tính dục, tôi trưng bày, tôi soi ngắm mọi khía cạnh của tính dục, từ thánh thiện thanh cao nhất đến bỉ ổi thối tha nhất, không phải để khích động thú tính của con người, mà là để, từ đó, ta nhìn rõ ta hơn, "thấy" ta triệt để hơn. "Nhìn" và "thấy" là chức năng và bổn phận của nghệ sĩ. Giải quyết vấn đề thế nào là chức năng và bổn phận của các nhà xã hội học, đạo đức học...*" (Trích từ *Chung Cuộc*, tr. 201-202)

oOo

Đọc Khánh Trường không dễ. Con chữ sắc bén như cứa hoài không thôi hoặc "*như con dao hai lưỡi, nó cứa vào thịt da kẻ khác và cứa ngay trên trái tim mình, buốt nhức*", những tâm tư, dồn nén, những cơn bệnh kinh niên hoặc theo thời tiết không thể chữa trị, ... Các nhân vật của Khánh Trường gần như tất cả nếu không tàn phế thì cũng bệnh tật, luôn "có vấn đề", "*nhức nhối triền miên*", ... Giữa lòng xã hội thời ở quê nhà hoặc nay xứ người thì không đi đứng như đa số, mà phải chửi tục đầu môi, đấm đá, trốn chạy, lừa đảo, ... Làm "chuyện ấy" thì bất kể đâu, bất kể với ai – mà thường là với người có vấn đề (khát tình, không thỏa mãn, góa bụa, dở dang, dễ dãi, ...), ... Và những cơn mưa, như đến từ cõi âm, từ đêm tối: "*Văng vẳng từ cõi mịt mù, tiếng mưa rơi rào rào rất nhẹ trên mái tôn. Tiếng mưa như một điệp khúc lê thê không thay đổi âm độ ru tôi chìm hẳn vào giấc ngủ, dù ở chỗ tối tăm nào đó trong khối óc mù lòa, tôi vẫn cảm nhận được cái lạnh đang thấm dần vào da thịt, có lẽ do nước mưa từ chái hiên nhỏ xuống, mang theo bùn đất văng tung tóe khắp thân thể*" (Chỗ Tiếp Giáp Với Cánh Đồng), ...

Thế giới truyện của Khánh Trường nhìn lại rõ là của "hôm nay" – thời của các sáng tác này, một cái hôm nay bất toàn, vì ám ảnh, nợ nần của quá khứ cứ chực chờ đòi nợ, đòi giải quyết, một cái hôm nay xa lạ nhiều hơn thân quen, một cái quá khứ không ánh sáng của ngày mai, không đủ tin tưởng để hy-vọng... Tưởng dễ tìm cảm giác mạnh, gấp sách lại mới thấy cuộc nhân sinh không chỉ đơn thuần là cảnh đẹp, hạnh phúc dễ tìm, dễ sống, ... Mà còn là bạo lực, cuồng loạn, đảo điên. Một cuộc chiến tạm ngưng, một đời sống có mới để sống-còn hoặc cơ hội vươn lên, nhưng hậu quả, phế tích, đổ vỡ và nhiều vết thương chưa thành sẹo, vẫn nhức nhối nhắc nhở và còn phải sống-với, như những bãi mìn chưa gỡ kịp, những mảnh đạn chưa hoặc không thể mổ gắp ra, ... Tàn độc, ác tính như ung thư bất trị, như ác tật lâu ngày không thể chữa, như mặc cảm, tâm bệnh chỉ muốn chết, ... Khiến bạo lực, cuồng loạn, đảo điên – và bạo dâm, tính dục bất kể và không cả tương xứng, ... Như thần Chết chưa thể buông tha, như phải hứng chịu, buông tay! Từ đó nẩy sinh ở Khánh

Trường một thứ "luân lý" mới, "luân lý" của sống-còn, của tận đáy địa ngục, của lò lửa, của chẳng-còn-gì-để-giữ, ...

Nhiều truyện ngắn của Khánh Trường có nhiều tiềm năng thử nghiệm một văn cách trình bày đa chiều, miêu tả thắt chặt với tâm sinh lý sinh động của các nhân vật. Như một bức tranh bí hiểm, phải để tâm và dùng tưởng tượng mới tiếp cận được. Lời một nhân vật trả lời một thiếu nữ độc giả hỏi chuyện viết có thật không, có thể cũng là Khánh Trường: "*Kẻ làm văn giống tay thợ khéo, anh ta biết dùng các thứ chất liệu thô, nhám, rời rạc ấy trộn thành vôi vữa. Từ vôi vữa, qua bàn tay và thiên năng, tác phẩm hình thành. Những điều cháu đã đọc, hiểu theo nghĩa nào đó, rất thật, thế nhưng cũng chỉ là hư cấu. Thành công của một người làm văn chương, có lẽ, là hấp lực của từng con chữ anh ta ném xuống trang giấy; tạo nên cảm giác "thật" ở người đọc, dù có thể chính anh ta, kẻ sinh thành ra nó, đóng vai trò rất nhỏ, hoặc có khi hoàn toàn vắng bóng*" (Mắt Phượng, *TNKT*, tr. 62).

oOo

Nhiều năm sau tạp chí *Hợp Lưu* và các tập truyện kể trên, Khánh Trường như yên lặng, không xuất hiện trong các sinh hoạt văn học nghệ thuật. Mãi đến năm 2018, anh xuất hiện trở lại và đầu năm 2020, anh đã làm người đọc ngạc nhiên với truyện dài ***Tịch Dương*** do Mở Nguồn xuất bản – và 9 tác phẩm khác liên tiếp cho đến 2024. Trong Mở ở đầu sách, tác giả cho biết: "*Tác giả viết cuốn sách này như một hình thức vật lý trị liệu, nhằm chống trầm cảm và bệnh mất trí nhớ của người già. Vì thế nó không được đầu tư thấu đáo. Độc giả hãy đọc Tịch Dương trong tinh thần "vui thôi mà". Nhiều sự kiện trong sách là những trải nghiệm của tác giả, hoặc nghe kể lại, hoặc thoát thai từ tưởng tượng. Tuy nhiên dù thế nào, tác giả luôn trung thành với quy tắc: không thiên kiến, không tô son trét phấn. Tác giả muốn nhìn sự việc như nó "đã là, đang là", bình tĩnh và loại trừ cảm tính.*

Tuy cuốn sách hình thành từ một phần sự thật song chủ yếu vẫn là sản phẩm của tưởng tượng. Mọi kinh qua của bản thân cũng như mọi cảm nhận do cuộc đời mang lại, chả khác gì vôi vữa trong các công trình xây cất, nó kết dính những viên gạch, dựng lên những vách tường, làm thành ngôi nhà, khiêm nhường hay hoành tráng. Sự kiện có thể thật, có thể hư cấu, không quan trọng, điều quan trọng theo tác giả là từ chất liệu đó, ta sử dụng chúng như thế nào? Để làm gì?

Sự kiện chỉ là phương tiện" (tr. 11).

Sự kiện đối với nhà văn tự chúng không tốt cũng không xấu. Nhà văn không đóng vai nhà đạo đức hay phê phán xã hội. Nhà văn ở đây là nhân chứng vừa là nạn nhân, đã từng chứng kiến nhiều hoàn cảnh, sự kiện, con người của một thời chiến tranh và xã hội đi xuống.

"*Mỗi phân đoạn sẽ bắt đầu bằng hình ảnh một ông già ngồi trên xe lăn, dưới bóng râm tàn cây. Truyện sẽ trải dài qua hồi tưởng của ông già, từ bình minh đến tịch dương. Như đời người, từ thanh xuân đến già nua, với chất chồng biến cố, đan xen, chợt đến, do liên tưởng bắt nguồn từ một yếu tố nào đó, không tuân theo quy trình thời gian*" (tr. 12).

Như vậy, mỗi phân đoạn sẽ nhân một biến cố, hồi tưởng, ... có thể nhỏ, không đáng kể với người khác, nhưng với tác giả, sẽ là cái cớ hay nguyên do, nuối tiếc, để nhớ nghĩ lại một kỷ niệm, một so đo với dĩ vãng, với cái đã mất, với người xưa, ... *Tịch Dương* mang tính *tự truyện* dưới hình thức *truyện dài* từ những truân chuyên, khổ ải và hạnh phúc trong đời sống của tác giả. Khánh Trường cho biết thêm: "*tác giả muốn thể nghiệm một hình thức dựng truyện phi truyền thống, không chương hồi, không diễn biến theo trình tự lớp lang. Chỉ chia ra làm nhiều phân đoạn. Bạn đọc hãy hình dung tác phẩm như một giá gỗ dài đóng nhiều cây đinh, mỗi cây đinh được móc một tấm thẻ, người đọc hãy chọn và đọc bất cứ tấm thẻ nào, tùy thích. Mỗi tấm thẻ sẽ là một phân đoạn, có thể xem như một truyện ngắn độc lập. Song khi ghép những "mảnh" này lại, nó sẽ mang vóc dáng một truyện dài*".

"Ông già" nay an phận với cuộc sống vô thường "sinh, lão, bệnh, tử". Ông vẫn miệt mài với cọ sơn, có hẳn studio trong garage. Sóng gió bất ngờ không thiếu: vợ ông mất vì tai nạn giao thông, còn ông khi nghe tin cũng bị tai biến "*Một mạch máu trên bán cầu não bị đứt. Kết quả: hắn bán thân bất toại*", và phải về ở với con gái.

22 phần đời và ký ức của ông nay đã già, tất cả khởi từ nơi khoảnh vườn nhỏ, bên chú chó "*đầu xù, lông vàng óng, Léonberger, trông giống đầu sư tử thật*", con xa lộ phía dưới, đường xe hỏa không xa tầm nhìn, và nhiều phần đời người với hoài niệm nặng nhẹ, mờ tỏ. Truyện được Khánh Trường "khép" lại: "*Nathan xong trung học, nhờ đậu cao, một Đại học Y khoa ở New York nhận và cấp học bổng toàn phần, Nathan lên ở nội trú tại trường. Nhà chỉ còn hai cha con. N. đi làm, ông già một mình mỗi sáng lăn xe đến gốc cây vườn sau, nhìn xuống freeway, nhìn trời đất mênh mông và hồi tưởng quá khứ, từ lúc rạng đông đến khi tắt nắng. Tịch dương*" (tr. 415).

Khép lại *Tịch Dương*, người đọc có cảm tưởng vừa xem một tập hồi-ký được văn chương hóa – như Khánh Trường đã báo trước, tác phẩm được hình thành với phương tiện các sự-kiện và "một phần sự thật" qua "ngòi bút" của một họa-sĩ-đồng-thời (trong Mở, anh đã cho biết có ý tưởng viết khi "*nghĩ đến những bức tranh ghép từng xem, từng vẽ. Mỗi tấm ghép là một sáng tạo hoàn chỉnh từ màu sắc, phong cách, đường nét đến chủ đề. Người ta có thể treo các mảnh ghép này như những họa phẩm riêng lẻ. Nhưng khi gộp chung, theo trật tự đã định hướng, ta sẽ có được bức tranh lớn, với đủ mọi yếu tố làm thành một tổng thể thuần nhất*"). Như vậy, đây là một *hồi-ký rời* tập hợp những mảnh ký-ức những sự-kiện từng xảy ra, tác giả chúng nay có tuổi nhưng có những hồi tưởng muốn chia sẻ và nhắn nhủ. Bạn đọc từng quen với những truyện ngắn Khánh Trường trên *Hợp Lưu* và qua các tập truyện đã xuất bản mà chúng tôi đã nhận định ở phần đầu bài viết, sẽ nhận ra có những chuyện kể và sự kiện của hồi ký đã được tác giả viết ra, văn chương hơn với kết cấu chặt chẽ hơn; khía cạnh tính dục nay mang tính "ngôn tình" hơn là hiện thực, náo động.

Tịch Dương gần với những tiểu thuyết hậu-hiện-đại đang thịnh hành đối với văn giới hải ngoại, như một bức tranh khổ lớn về sinh-lão-bệnh-tử hay xuân-hạ-thu-đông. Khác với hội họa, văn viết dễ bao gồm liên-tưởng, hiện-thực-phóng-sự, v.v... Nhìn chung, *Tịch Dương* là một "tác phẩm" với những ý nghĩa, yếu tố và ngôn ngữ đặc thù, rất Khánh Trường!

Đến ***Dấu Khói Tàn Tro*** (2020), trong lời Mở bản thảo nhà văn đã cho biết: *"Tác phẩm hình thành hoàn toàn tình cờ, và tuyệt đối không chuyên chở bất cứ thông điệp nào, nếu thích, bạn đọc đến với Dấu Khói Tàn Tro trong tâm thái 'mua vui cũng được một vài trống canh'"*. Chuyện xảy ra ở nước Việt, xoay quanh nhân vật chính tên Toàn và nhiều bóng dáng người nữ đang sống và có liên hệ với Toàn, nhưng Thục Đoan, người chết, lại hiện diện từ đầu đến cuối. Hai người *"yêu nhau, thấu hiểu nhau trong từng niềm vui, nỗi buồn, sở thích, những ước mơ, hoài bão, dự phóng, không quá lời nếu Toàn khẳng định, Thục Đoan là một nửa của Toàn và ngược lại. Hai người không thể thiếu nhau trên hành trình dẫn về tương lai"*. Nhưng cuộc tình đứt đoạn với sự ra đi tức tưởi, bất ngờ vì ung thư phổi giai đoạn cuối; Thục Đoan vẫn trở về, xuất hiện mạnh mẽ và thường xuyên, trong tâm tưởng của Toàn. Những lúc buồn chán, tâm trạng bất an, Toàn thường ra nghĩa địa *"ngồi trên bậc thềm ngôi miếu, nhìn những rễ phụ đong đưa, nhìn những đốm sáng trên miếng sân con, lác đác những bụi cỏ dại, trên vách tường bám rêu, trên bệ thờ có khung phủ nhiễu điều đỏ bạc màu, nghe tiếng dế râm ran, tiếng vỗ cánh của loài dơi trên tán lá rậm, gió hiu hiu, Toàn thấy mình như lạc vào cõi khác, tịch mịch, phiêu diêu, không còn bon chen, khổ đau. Nhiều lúc Toàn nằm dài trên thềm, bên cạnh, Thục Đoan ngồi nhìn, mỉm cười bao dung..."*. Toàn sống trọn cho tình yêu, cho nên đã không dễ yêu người khác sau Thục Đoan dù được thỏa phần ái ân thân xác. Ở đây, cái Chết là một biểu tượng, là một chấm dứt trên nguyên tắc, nhưng vì không phải là mục-đích tự thân, cái Chết không phải là hết, là kết thúc một cuộc đời hay cái gì – tình yêu chẳng hạn, mà là một sự-sống-khác. Toàn từng biết một nhân vật trong Rừng Na-Uy đã xem *"cái chết không phải là sự đối nghịch mà nó chính là một phần của sự sống"*. Nhưng Toàn thì nhiều năm đã sống trong một tình cảnh tâm sinh lý bất toàn, vì bản ngã luôn giữa hai chọn lựa và sống trong một tình cảnh yêu đương như thiếu cân bằng, với những người nữ đến sau như Hạnh, Quyên! Thục Đoan đã có lần "trở về" nhắc nhở Toàn: *"Em như đống tàn tro, bây giờ còn vương sợi khói mỏng. Nhưng rồi tàn tro sẽ nguội lạnh, khói sẽ tắt. Thời gian sẽ xóa quên tất cả. Cái gì thuộc về dĩ vãng sẽ bị thời gian chôn lấp, không thể cưỡng, đó là quy luật vô thường bất biến. Anh cứ thế này, tuổi trẻ qua đi, mọi chuyện lỡ dở, muốn làm lại cũng không còn cơ hội và nhiệt huyết"*. Phải chờ đến chung cuộc, khi Toàn có con với Quyên, cô em, Thục Đoan mới nói được lời cuối: *"Chạy trời không khỏi nắng, em như đống tàn tro, để lại dấu khói sẽ quẩn theo anh suốt cuộc đời này. Thôi, em đi, vĩnh biệt anh yêu"*.

Dấu Khói Tàn Tro dụng đề tài tình yêu lãng mạn mà hiện thực, và kỹ thuật, diễn tả nước đôi thực-giả mờ ảo hoặc hòa tan; tưởng tượng, phi thực nhưng liên quan và bén rễ trong cuộc sống thực hữu của các nhân vật. Khánh Trường cho nhân vật Toàn thường trực sống cùng lúc hai cõi âm-dương trong cuộc tìm kiếm tình yêu, với những cảnh và tâm-trạng diễn tả khá ấn tượng, thật-giả giả-thật không biên giới!

Xuyên Giấc Chiêm Bao (2021) viết về cuộc chiến đã xảy ra, về những sinh linh và đổ vỡ – anh cho biết trong lời Mở: *"Chiến tranh không nên có và những thảm kịch phát sinh từ chiến tranh chúng ta cần nhớ. Nhớ như nhớ một vết thương, dù đã thành sẹo, cảm giác đau đớn vẫn tồn tại trong tâm não ta mỗi lần hồi tưởng"*.

"Truyện vừa" ***Đừng Theo Dông Bão*** (2021) tiếp nối trong sự nghiệp văn chương, Khánh Trường đưa người đọc đến với một cuộc chiến khác: cuộc chiến sinh mệnh, của sinh bệnh lão tử, cuộc chiến làm người. Tác giả ghi văn bản sáng tác là "tiểu thuyết" và không dài dòng con chữ, nhưng đọc xong, sẽ thấy như anh dùng thể loại này để gửi gắm nhiều tâm sự, qua câu chuyện của một họa sĩ trốn chạy khỏi "*vũng lầy nhớ tưởng*" bóng người xưa và thời gian đã mất (Thục, đã "*như chất ma túy*"). Uyên đến với người họa sĩ ban đầu là cháu, rồi thành vợ "*cháu bị thôi miên bởi hình ảnh chú vờn cọ sơn trước khung bố, hình ảnh ấy đã tồn tại trong tim cháu, không chỉ bây giờ mà chắc chắn mãi về sau. Cháu dám quả quyết thế. Tóm lại, cháu yêu chú, không do "trung gian" hay "cái cớ" gì đó như chú nói cả*". Chàng lại trốn chạy tình yêu của Uyên nhưng định mệnh đã đưa họ đến và ở lại với nhau. Và An, Định, hai con trẻ sẽ đến làm tròn đầy hạnh phúc cho hai người. Chàng đã dồn đẩy lùi quá khứ vào quên lãng, dựng một cuộc sống mới, và đóng một vai trò nào đó một cách lâu dài.

Rồi cũng định mệnh khiến người họa sĩ bị hơn một lần tai biến: "*Bất khiển dụng gần toàn phần, chỉ còn hai tay hoạt động được khoảng 30% theo đánh giá của bác sĩ trực tiếp điều trị cho tôi. Một họa sĩ không còn đôi tay. Đau khổ nào hơn?*". Rồi ung thư, nhưng chàng không buông xuôi, vẫn vẽ, theo hoàn cảnh mới. Một bộ tranh mới – chủ đề "Phục sinh", được hoàn thành. Ung thư cũng ra đi nhưng không ngờ trở lại, lần này xem như vô phương: "*Trước lúc rơi vào hư vô, tôi cố với tay lên, cầm bàn tay Uyên, câu nói mang tính tiên tri đầy tự tin của Uyên buổi mới quen nhau: sẽ có một ngày chú thú thực, "chú yêu cháu" nẩy ra trong tri giác đã bắt đầu nhập nhòa trắng xóa, tôi thu hết tàn lực, thều thào, "Anh Yêu Em!"*".

Con chữ, cách kể chuyện *Đừng Theo Dông Bão* như là một thứ văn không yên ổn của một con người bị bứng ra khỏi đam mê nghệ thuật, khỏi "*thế giới màu sắc, cọ sơn, khung bố*" nghĩa là phải sống cuộc đời thực tế, phải chọn lựa – "chọn lựa nào không mất mát?" và cuối cùng phải rời bỏ thế giới hạnh phúc đang hình thành để chấp nhận chuyển qua thế giới khác.

Khánh Trường qua *Đừng Theo Dông Bão* viết như một thứ trực giác, cảm nghiệm cá nhân và như một tự nguyện dừng chân, một thẩm thấu. Và như một hồi cuối, sau một loạt 6 tiểu thuyết liên tục trong hai năm, sáng tác như thôi thúc, diễn trình cái tâm lý chôn kín và trình với người đọc như đang xảy ra và tại sao, nhưng tôi tin anh vẫn chưa hết tâm sự và điều muốn nhắn gửi.

Truyện Khánh Trường ở giai đoạn sau không còn cái háo hức của sống thật và nhập cuộc, hội nhập hết mình của ban đầu, tuy vậy độc giả của anh vẫn có thể nhận ra ngọn lửa văn chương sống động và sống thật vẫn chưa tắt hẳn dù đây đó anh đã xem như là một loại "hồi ký" và "trị liệu". Bằng chứng là năm 2024 anh xuất bản tuyển thơ *Thơ Khánh Trường* và *Cùng Nhau Đất Trời* mà anh gọi là "du ký tiểu thuyết" – một chuyện tình dài hơi theo những bước chân du hành qua nhiều lục địa.

Nguyễn Vy Khanh

Tranh sơn dầu "Tĩnh Vật 2 mảnh" của Khánh Trường

NHỊ NGÃ

ĐỌC TRUYỆN NGẮN KHÁNH TRƯỜNG TẬP I

Nghe danh nhà văn Khánh Trường đã lâu, biết ông là họa sĩ, điều đầu tiên tôi đi tìm là cái nhìn của người họa sĩ trong tập Truyện ngắn Khánh Trường I. Ông có những đoạn văn tả cảnh đầy màu sắc.

"Bầu trời ửng sáng. Nắng rải xuống mặt đất màu vàng dịu. Nắng làm cho màu đỏ tấm pano quảng cáo trên mặt tường ngôi nhà bên kia đường hực lên rực rỡ, khiến thân thể trần truồng một trăm phần trăm của thiếu nữ nằm tênh hênh suốt chiều ngang tấm pano trở nên mời mọc quyến rũ hơn."

Nhân vật là họa sĩ trong "Những Vòng Tròn Không Đồng Tâm".

"Tranh Huân bây giờ khác nhiều so với ngày trước, hình thể đã bị tước bỏ, và màu sắc cũng giới hạn đến mức tối đa. Tôi có cảm tưởng mỗi bức tranh là một công án Thiền. Đường nét lẫn vào nhau, bất chợt giữa nền tối thăm thẳm, bỗng bùng lên những vệt sáng, tỏa chiếu lãng đãng và làm méo lệch tất cả mọi vật thể. Biên giới của sự thật hình như không còn, hay nói khác hơn, sự thật dưới mắt nhìn Huân, đã biến thái hoàn toàn theo những rung động sâu thẳm nào đó."

Vì ông cho biết trong một bài phỏng vấn, ông đã từng viết văn khiêu dâm để lấy tiền làm báo văn học nên tôi để ý đến những đoạn văn viết về tình dục. Tuyển tập có 18 truyện ngắn, trong đó có độ 6 hay 7 truyện viết đậm nét về tình dục. Người viết truyện với khuynh hướng tả chân tình dục là người bạo gan, dám viết, dám đi ngược lại khuynh hướng tránh va chạm các vấn đề thuần phong mỹ tục. Nhà văn tả chân tình dục thường bị gom vào nhóm viết truyện khiêu dâm, không được tôn trọng là nhà văn nghiêm túc. Nhà văn nghiêm túc là những người viết về quốc gia đại sự, về những chủ đề chạm vào tâm hồn con người mà nhà văn William Faulkner đã nêu ra như danh dự, lòng thương xót, công lý, sự can đảm, và tình yêu. Nếu tình yêu là chủ đề nghiêm túc, xin thưa, hầu hết 18 truyện ngắn của Khánh Trường đều viết về tình yêu, về mối quan hệ giữa hai người yêu nhau và đôi khi thù ghét nhau. Họ là đôi tình nhân, vợ chồng đã chán ngán nhau, rổ rá cạp lại của hai thân phận bất hạnh, nhà văn già với độc giả trẻ, anh lính hết thời với một cô đĩ, một cô gái 26 tuổi trong vai vế người dì, em của mẹ kế, có quan hệ tình dục với cậu bé 17 tuổi.

Viết về tình yêu, đương nhiên thế nào cũng có những đoạn văn viết về tình dục. Ai đó đã nói, dục tính là nhân tính. Và trong nhân tính có Phật tính.

Tôi nhìn thấy một nhà văn Khánh Trường, rất nghiêm túc, dám viết những lời phê phán không sợ bị mất lòng. Ông tỏ vẻ phẫn nộ về hai câu hát; "nằm chết như mơ" và "chỉ vừa bỏ cuộc đêm qua" khi viết về cuộc chiến tranh Việt Nam.

Trang 300, *"Khi đào hầm lên, phải cố gắng lắm bọn lính mới gom được một đống thịt xương trộn lẫn cùng đất cát. Phần Kh., tôi chỉ nhìn ra hắn nhờ chiếc thẻ bài và hai cái hoa mai trên cổ áo. Cái chết đúng như lời một bài hát, chết thật tình cờ... Chết thật tình cờ! Phải, nhưng nhất định không nằm chết như mơ! Các ngài nghệ sĩ đôi khi lãng mạn một cách tàn nhẫn. Các ngài chẳng biết mẹ gì trận địa, thậm chí có ngài chưa từng thấy mặt ngang mũi dọc cây M-16 nó ra làm sao? Trái M-26 nó tròn méo thế nào so với trái MK- 3? Nên trí tưởng tượng của các ngài đôi khi làm bọn lính tráng chúng tôi những muốn văng tục. Chết như mơ!"*

Trang 309 – 310, *"Em không chết đâu, làm sao chết được. Anh cũng không chết đâu em, chỉ có Kh. mới vừa bỏ cuộc đêm qua. Đụ mẹ văn chương chữ nghĩa giả cầy, không chết, bỏ cuộc, đụ mẹ, Kh. chết nát bấy, Kh. chết chẳng toàn thây, thằng khốn nạn đâu có bỏ cuộc? Sức mấy bỏ cuộc, nhảy dù chịu chơi chơi tới cùng, đạn pháo dập thằng khốn tan xương. Chết tức tưởi, chết uất ức, bỏ cuộc cái đéo gì? Đụ mẹ lại một anh nghệ sĩ mặc si-vin làm lính kiểng luẩn quẩn loanh quanh ở mấy phòng trà!"*

Trang 342 phê phán cựu lãnh đạo VNCH thật nghiêm khắc. *"Trước ngày ba mươi tháng tư, trong khi vị phó tổng thống tuổi trẻ tài cao lên đài kêu gọi đồng bào chiến hữu hãy siết chặt hàng ngũ, cùng ông ta chiến đấu đến giọt máu cuối cùng (cũng may, sau bài diễn văn lịch sử ngùn ngụt lửa đó, ngài liền vội vã leo lên trực thăng bay một lèo ra Đệ Thất Hạm Đội, nếu không, đất nước Việt Nam đã trở thành bãi tha ma ngổn ngang xác chết, vì nhất định con dân của đấng hùng anh này sẽ noi gương ngài mà chiến đấu đến giọt máu cuối cùng), thì ngài tỉnh trưởng đã khăn gói vòng vàng cùng vợ con xuống tàu dông tuốt ba bốn ngày trước. Từ đó đến nay, qua bao nhiêu thăng trầm dâu bể, ngài bôn ba thân trai đất lạ quê người qua khắp mọi tiểu bang, làm đủ mọi nghề ngỗng vẫn chẳng khá, cuối cùng phải mu về đây."*

Tiểu sử Khánh Trường cho thấy bên cạnh là nhà văn và họa sĩ, ông còn là người lính, và người tị nạn, nhờ thế nhân vật của ông cũng rất đa dạng từ người thợ đến kẻ tật nguyền, từ ông nhà giàu có tiền thuê bao gái đến một tên ma cô hết thời bị đĩ khinh. Ông có cái nhìn sắc bén của một người đàn ông căm ghét những người phụ nữ không sống đúng theo quy luật xã hội.

"Mẹ. Cứ tưởng tượng cái cảnh bà ấy ỡng a ỡng ẹo se sua quần áo, du du mi mi, cắt mắt nâng mũi, độn mông bơm ngực, xâm mày xâm mắt, tôi đủ nổi da gà. Đành rằng làm đẹp là một nhu cầu chính đáng, nó giúp duy trì hạnh phúc gia đình. Nhưng cũng tùy tuổi có phải không ông? Tôi từng nhìn thấy nhiều mụ già khú đế, già có hột, sắp chống gậy đến nơi, vậy mà tối ngày sáng đêm loay hoay mãi với cái nhan sắc đã vô phương cứu vãn, thậm chí có mụ còn chơi trội, nhuộm tóc vàng au, ăn mặc xếch xi thỗn thện trông phát ớn lạnh. Ấy là chưa kể, chồng con hơi to tiếng một chút, đã vội thực thi ngay quyền bình đẳng bằng cách nhảy xổ đến máy diện thoại, hùng hổ bấm ngay 911. Trời ạ! Kể như từ chết đến chết. Thôi, văn minh bình đẳng theo chiều hướng đó nhất định không có tôi."

Viết về tình dục là con dao hai lưỡi. Tả chân những màn yêu đương cụp lạc dễ được chú ý nhưng khó được khen ngợi, và nhất là không được đưa vào văn học sử. Có lẽ người học văn chương nên được tự do, tùy theo sở thích, chọn đề tài nghiên cứu viết về tình dục. Với nhà văn nam, viết về tình dục đã là chạm vào giới cấm, với nhà văn nữ càng bị phê phán khắc nghiệt hơn.

Trong những truyện có khuynh hướng tả chân tình dục của Khánh Trường tôi chú ý hai truyện Mưa Đêm và Chung Cuộc. Mưa Đêm là mối quan hệ giữa gã ma cô và cô điếm. Chung Cuộc giữa một người tật nguyền, cụt hai chân, với một người đàn bà góa.

Điểm chung của hai truyện này là tâm lý phức tạp của hai đôi tình nhân. Họ vừa yêu nhau vừa thù ghét khinh bỉ lẫn nhau. Người đàn bà góa cần người đàn ông cụt chân, cô gái điếm cũng cần gã ma cô, chỉ vì tình dục. Mỗi lần giao hoan là mỗi lần nhân vật cảm thấy nhục nhã, sau đó lại tiếp tục say đắm trong những lần thù ghét sau đó. Mối quan hệ của nhân vật thật đen tối khiến người đọc có cảm giác bị bào mòn với những cảm xúc tiêu cực.

"Tôi căm thù anh." "Tôi biết." "Vì anh, tôi biến thành con đĩ." "Điều này sai. Trong mỗi người đàn bà đều có một con đĩ. Vấn đề là với một hay nhiều người." "Đừng triết lý ba xu. Nếu anh không dọn đến nhà này, làm gì nên chuyện?" "Không nên chuyện với tôi thì cũng sẽ với ai đó. Sớm muộn thôi." "Anh vô liêm sỉ như thằng ma cô." "Cảm ơn, ma cô với đĩ như môi với răng. Môi hở răng lạnh."

Thật khó mà nhận định, viết về tình dục như thế nào thì hay cũng như khó đồng ý với nhau lằn ranh giữa khiêu dâm và gợi cảm. Đa số những nhà văn tên tuổi của Mỹ đều đồng ý rằng viết mãi những động tác của hai người đang yêu nhau sẽ trở thành nhàm chán. Người đọc có khuynh hướng bảo thủ thường thích những nét khái quát đơn sơ hơn tả chân. Viết ít, tả sơ qua có thể gợi tưởng tượng của người đọc hơn, thí dụ như tả cái bắp chân của người đàn bà trắng như bụng cá của nhà văn Võ Phiến, cái bớt đen đầy lông trên ngực trái trong tấm áo kimono của người đàn bà trong truyện của Kawabata, theo thiển ý, dễ được tiếp nhận hơn.

Thật ra, tình dục trong Truyện Ngắn Khánh Trường không đến nỗi làm người đọc nhăn mặt, lật vội vài ba trang sách để lẩn tránh. So với những đoạn văn tình dục trắng trợn của Murakami, Khánh Trường viết đẹp hơn. Người phụ nữ trần truồng qua nét bút của Khánh Trường có vẻ đẹp khuôn mẫu của những nàng Vệ Nữ trong tranh của châu Âu. Võ Phiến tinh tế hơn với những ngón chân cong, hay chỉ với mái tóc thật dày. Nhân vật của Trần Thị Ngh. khi hôn nhau dính nước bọt thì lấy tay áo quẹt lau đi. Lấy đi những động tác ái ân của nhân vật trong Chung Cuộc, xóa đi những thù ghét khinh bỉ đặt lên bản thân và người tình, thì kết cuộc truyện vẫn không thay đổi, có nghĩa là tình dục và những hệ lụy của tình dục không phải là mấu chốt của truyện. Hai nhân vật, kẻ tật nguyền và người góa bụa, có thể yêu nhau chân chính, giúp đỡ nương tựa lẫn nhau, không cần phải ghét bỏ ghê tởm nhau để đi đến kết cuộc tốt đẹp, hạnh phúc như truyện cổ tích. Như thế, với một số người truyện có thể hay hơn dễ đọc hơn. Và với một số người khác, truyện rơi vào sự bình thường, quen thuộc, dễ gây nhàm chán.

Hầu như truyện nào Khánh Trường cũng đi ngược lại những khuôn mẫu văn chương đã được chấp nhận. Người đọc sẽ đôi lúc cảm thấy khó chịu với quan điểm sắc nhọn của Khánh Trường về đàn bà, đàn ông, và xã hội, nhưng truyện ngắn của ông không mang đến cảm giác quen thuộc và gây nhàm chán. Người đọc có thể vừa đọc vừa khó chịu cũng như nhân vật của ông vừa thù ghét vừa say mê trong những cuộc giao hoan.

Nhị Ngã
9/24/2022

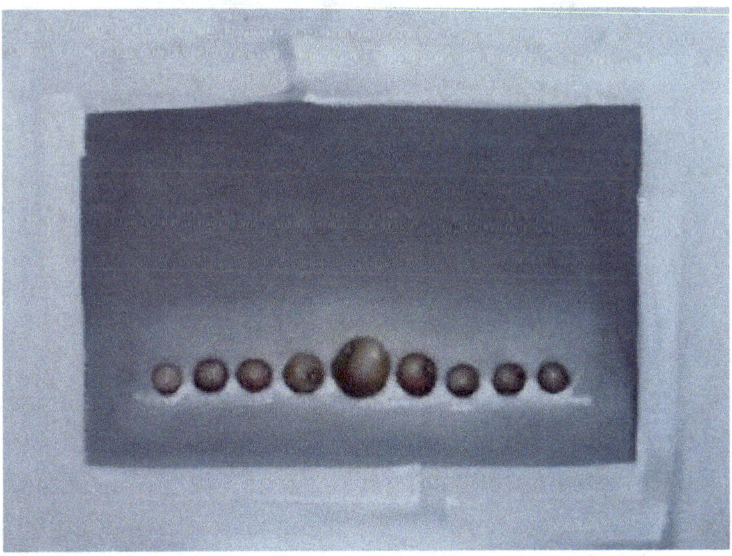

Tranh sơn dầu "Tĩnh Vật 9 trái" của Khánh Trường

NINA HÒA BÌNH LÊ

THƠ KHÁNH TRƯỜNG:
"MỘT VẠT NẮNG TRONG"

Bìa tập Thơ Khánh Trường. Sách dày 242 trang.
Do NXB Mở Nguồn phát hành.

Sáng sớm Chủ Nhật, điện thoại gõ nhẹ, nhìn vào messenger thấy dòng chữ nhắn tin từ chú Khánh Trường: "Tập thơ in xong rồi. Ghé lấy nhé." 30 phút sau tôi ghé nhà, chú chỉ lên kệ sách: "Chỉ mới in 3 cuốn. Cháu cầm một cuốn về đọc trước." Mở trang đầu dưới dòng chữ THƠ KHÁNH TRƯỜNG là hàng chữ "*Tặng cháu, Nina Hòa Bình Lê*". Cảm động.

Bài viết này xin có lúc được gọi Chú, xưng cháu.

Khánh Trường và Hòa Bình. Ảnh: Dũng Lê

Thú thật tôi chỉ thật sự tìm đọc Khánh Trường trong những năm gần đây, sau khi thường xuyên lui tới thăm hỏi chú sau khi tờ Việt Báo chuyển thành tuần báo văn học nghệ thuật. Trước kia đọc đây đó những mẩu truyện ngắn, dài trên các trang mạng, những trang sách với khá nhiều tình tiết bạo lực và dục tính không lôi cuốn tôi mấy, dẫu bản thân luôn thán phục tinh thần làm báo dấn thân lì lợm và công trình HỢP LƯU "dày cộm" cũng như những đóng góp khai phá của người chủ biên, tạo khung trời mới vun xới những cây bút chủ lực cho nền văn học hải ngoại và trong nước.

Với nhiều kỳ tích, người viết người đọc không ai xa lạ với cái tên Khánh Trường. *Khánh Trường-Nhà Văn*, ngang ngược tung hoành trong 25 cuốn sách. *Khánh Trường-Nhà Báo,* lì lợm qua 12 năm Hợp Lưu gai góc. *Khánh Trường-Họa Sĩ,* ngỗ nghịch trên 400 bức tranh sơn dầu táo bạo. Và *Khánh Trường-Nhà thơ,* với tập thơ mới "THƠ KHÁNH TRƯỜNG" do NXB Mở Nguồn vừa phát hành, dày 242 trang. Liệu bức chân dung ***Khánh Trường-Nhà Thơ*** có đủ đậm nét so với những bức chân dung Khánh Trường khó bì khác?

Thật ra, đây không phải là tập thơ đầu của Khánh Trường, như trong lời mở, Khánh Trường viết: *"Tôi làm thơ rất sớm, và nhiều, từ năm mười sáu tuổi đến nay đã ngót sáu mươi năm, nhưng vẫn nghĩ thơ mình tầm thường, làm chỉ cho riêng mình như một hình thức ghi lại những biến cố đã trải nghiệm hoặc ngẫu hứng, cốt vui."* Tập thơ đầu "Đoản Thi Khánh Trường" ra đời 42 năm trước khi Khánh Trường mới đến Mỹ mà theo ông chỉ vì nhà in nơi ông làm việc đang "ế". *"Với tôi, vẽ, viết văn xuôi hay làm thơ chỉ cốt vui, không có tham vọng đi vào văn học sử. Tập thơ này cũng thế."*

Tập "Thơ Khánh Trường" ra đời chỉ để *"Vui thôi mà"*, gồm ba phần: *Phần 1: Ngẫu Hứng. Phần 2: Mai Anh Về Miền Trung & Những Bài Thơ Khác; và Phần 3: Khổ Lụy.*

Ngẫu Hứng là phần tôi thích nhất, tập hợp những bài thơ ngắn *"bất chợt nẩy ra trong đầu"*. Thơ được viết tự nhiên, không màu mè, không cơ bắp, không gồng, không làm dáng. Là phần mở đầu, *Ngẫu Hứng* cũng là phần tách riêng khỏi tập thơ, ở một vùng đất cao hơn, trên một khí hậu tươi mát, có nhịp sống tâm linh riêng. Trong khuôn khổ bài này xin chỉ đọc phần *"Ngẫu Hứng"*.

Ngẫu Hứng, theo tác giả, là những *"ngẫu hứng đến không hẹn trước"*, gồm một số bài đã được in trong tập Đoản Thi Khánh Trường xuất bản 40 năm trước, và một số bài thơ ngắn rải rác khác trước đây chỉ được viết xuống, hoặc chỉ nằm trong trí óc, nay được gom lại đưa vào sách.

Một đài mai trắng nở
run bên bờ tử sinh
một đài mai trắng nở
rực sáng nghìn tạng kinh

Bài thơ bốn câu có tựa "tuệ mai" mở đầu phần *ngẫu hứng* cũng như mở đầu cuốn sách đã ngay tức thì đưa tập thơ vào một cõi giới riêng, nơi *Khánh Trường-Nhà văn* luôn gồng mình thách thức với đời hoàn toàn biến mất, nhường chỗ cho Khánh Trường-người họa sĩ tài ba đưa nét cọ vào thơ, vẽ nên bức tranh tâm linh vừa tĩnh vừa động, phản ảnh một tiến trình sinh, tử, tiến hóa, *"một đài mai trắng nở"*, một *"rực sáng"* trí tuệ, âu cũng là một sự giác ngộ/tái sinh của một *Khánh Trường-Nhà thơ*, chân phương như đất:

Ngả lưng gối lá nhìn trời
nắng muôn sợi nhỏ rơi rơi đầy hồn

Ở đây, nhà thơ của chúng ta an nhiên chan hòa:

cúi hôn em – cảm ơn đời
cảm ơn hạnh phúc tuyệt vời chiêm bao
cảm ơn sợi tóc ngọt ngào
ngủ trên buồng ngực xôn xao nhịp trầm

Ở đây, ở trong thơ, không còn chút bóng dáng của một Khánh Trường ngang ngược bất cần, thay vào đó là một tâm hồn yên phận, ví mình như một *kiếp cây*:

người là bóng mây
giăng ngang trời rộng
ta là kiếp cây
trên đồi gió lộng

người là cánh chim
bay ngoài biển rộng
ta đứng lặng chìm
ôm nỗi tình không

ôm chút tình không
ủ đời giá lạnh
như sợi nắng hồng
rơi ngoài mênh mông

Làm sao có thể không xúc động khi nghĩ đến hình ảnh Khánh Trường ngồi yên lặng trong căn phòng tối nhìn cuộc đời đi qua, thân xác ở bên trong bốn vách tường nhưng tâm hồn nhà thơ vẫn rong ruổi ngoài kia *"như sợi nắng hồng"*, để rồi sẽ *"rơi ngoài mênh mông"*.

Ai đó đã nói, thơ là tiếng vọng, là lời mời gọi bóng hình nhảy múa, thơ Khánh Trường có những ngẫu hứng như thế, giữa những tháng năm cằn cỗi vẫn mọc những "nụ xanh":

có đêm trăng rải lụa mềm
có cây nhớ gió bên thềm tịch liêu
có đời rộng cánh tay yêu
có ta cành nẩy ít nhiều nụ xanh

hay

ngồi bên song cửa
nhìn người đi qua
ô vườn hồn ta
một bông hồng nhỏ
bắt đầu mãn khai

So với *Khánh Trường-nhà văn, Khánh Trường-nhà thơ* của chúng ta lành hơn, hòa hoãn và cũng dịu dàng với chính mình hơn:

quanh co dốc đá rêu mù
vực thăm thẳm đáy non mù mù sương
dừng chân bối rối tìm đường
chừng như dấu cũ trong sương đã nhòa

hay

gối đầu trang sách mỏng
thả khói bay vật vờ
nương hồn qua bến lạ
ta lạc ta nữa rồi

Cái ta của Khánh Trường là cái ta của cả một tiến trình biến động, từ những than oán vùng vẫy sau cơn tai biến:

nghe trong thể phách lụy phiền
máu cao niên đổ mưa điên trận sầu
nghe ngoài tịch mịch vó câu
gõ như búa nện trên đầu áo quan
nghe ra thôi đã muộn màng
tiếng con chim bệnh bàng hoàng kêu thương.

Đến những phút giây săm soi, tự kiểm lại bản thân:

ta có hai lỗ tai
cộng thêm hai con mắt
nhưng nhiều khi quá quắt
tai chẳng thuận điều ngay
mắt không nhìn nẻo thẳng

Cái ta biến đổi theo định mệnh, từ một cái ta ngang tàng, lăn lóc không khuất phục, đến một cái ta của những tháng ngày *"mỗi sáng buồn xo"*.

Ta ngồi trong động trông ra
dưới sâu mây phủ bóng tà huy bay
nghĩ đời một cuộc tỉnh say...

Những ai thường xuyên đến thăm Khánh Trường, quen thuộc với hình ảnh chú yếu gầy ngồi im lìm trên xe lăn trông ra trời rộng thật không khỏi chạnh lòng:

ngoài vuông kiếng đục mưa mù
ngồi im như tượng hồn thu xác gầy...

Trong căn nhà nhỏ im lìm, giữa bốn vách tường, trong bệnh viện, hay trên ghế nằm chạy thận, khi ngồi đợi xe rước đi lọc thận, chờ xe rước về, những "ngẫu hứng" thơ đến và đi cũng chính là tâm trạng của một người đã "*từ bỏ cuộc chơi*", sống với "*cái ta mãn cuộc*":

lăn trong cõi sống vô tình
có khi chỉ một cái hình phù du
loay hoay ăn ngủ mệt đừ
muôn năm chẳng hiểu chân như chốn nào

Làm sao có thể hiểu được, khi chính mình ngồi một chỗ nhìn bạn bè khỏe hơn, trẻ hơn từ từ ra đi, ngậm ngùi cho bản thân:

ta có hai bàn chân
đi hoài không tới đích
ta có một sợi xích
trói hoài đôi cánh tay
ta có một cơ may
sống hoài như giẻ rách.

Có chút chua cay, mỉa mai cho một số phận nghiệt ngã, từ những lăn lộn dày dặn của một người chí khí bất thuần, đến hình ảnh bánh xe lăn, sợi xích, và chiếc giẻ rách, sao vẫn cứ phải sống, vẫn phải lăn theo cuộc đời. Có lẽ vì cuộc đời tuy bất trắc cũng không thiếu những dịu dàng:

vẽ em trán ngọc tay ngà
đường ngôi chẻ giữa tóc pha hương trầm
vẽ em răng khểnh duyên thầm
môi non mộc dược má dầm tuyết sương
vẽ em vẽ bóng vẽ hình
làm sao vẽ được cái tình xưa sau?

"Cái tình", có lẽ đây là thứ duy nhất còn đọng lại sau bao nhiêu tai biến, được thua, mất mát. Cái tình của thế gian, của gia đình, của bạn bè văn hữu, cái tình của người đọc, người thưởng ngoạn, cái tình thủy chung son sắt của người bạn đời luôn bên cạnh, là lượng máu bơm đầy trái tim, giữ cho chiếc rương châu báu trong tâm hồn người thơ vẫn tràn đầy, cho *"vạt nắng"* vẫn *"trong"*, để *Khánh Trường-Nhà thơ* của chúng ta cuối cùng vẫn y bản Khánh Trường, bằng cách nào đó, vẫn ngông:

ta có một trái tim
bơm hoài một lượng máu
ta có một kho báu
cho hoài sao chẳng vơi?

Sau cùng thì người nghệ sĩ là một trong những kẻ hào phóng nhất, luôn chăm chỉ với sứ mệnh tô đẹp thế giới, cuộc đời. Vẽ hoài. Viết hoài. Cho hoài.

Riêng cảm ơn chú đã treo cho cháu *"một vầng trăng mơ"*.

Nina Hòa Bình Lê

**Toàn bộ chữ nghiêng trong bài là chữ của Khánh Trường.*
*** Độc giả có thể mua sách tại:*
https://www.barnesandnoble.com/w/th-417-kh-nh-tr-432-7901-ng-khanh-truong/1145194277?ean=9798869273086

ORCHID LÂM QUỲNH

Còn Đó Tiếng Cười

Orchid Lâm Quỳnh & Khánh Trường,
buổi chiều cuối tháng 3/2024

Tôi chạy tới nhà thương như một quán tính, tìm chỗ đậu xe một cách dễ dàng, nơi đây tôi đã ra vào quen thuộc, nơi đây tôi sắp sống với một cuộc chia ly mới. Tôi quen lắm hành lang phòng ICU, quen lắm với hình ảnh Bác Mai Thảo, Bác Đỗ Ngọc Yến, với Bố, với Mẹ... Và nay hình ảnh một thân quen quá đỗi hiện ra trước mắt – chú Khánh Trường – đang nhắm nghiền mắt, đang thoi thóp thở... Chị Hòa Bình ôm vai tôi, siết thật chặt. Hai chị em chẳng nói với nhau một lời, nhưng tôi hiểu, cả hai chị em, đang lục tìm trong quá khứ, để sống lại những ngày thật đằm thắm bên chú.

Tuổi thơ của tôi gắn liền với hình ảnh của bác Mai Thảo, chú Khánh Trường và Bố. Hôm nào họ cũng hẹn hò, họ cũng gặp nhau bù khú, rôm rả tiếng cười... Ồn ào nhất vẫn luôn là chú Khánh Trường, bô lô bô la: Lần này tiền ăn sáng là 500 đô, tôi trả! Ai cũng biết Chú chỉ nói dóc! Họ hẹn hò nhau mỗi ngày ở phở Nguyễn Huệ. Họ thường chiếm chiếc bàn tròn lớn ngay trung tâm. Bao giờ cũng vậy, họ chỉ có 3 người, nhưng chừng mươi phút thì mấy chiếc ghế chung quanh được kéo vào, có khi chen chúc nhau ngồi. Đây là lúc chú Khánh Trường "làm việc," mắt chú bắt đầu rảo quanh để kiếm... nạn nhân, và rồi chú bắt đầu cười cười, mắt nheo nheo. Buông lời "đâm thọt."

– Anh ạ, cái thằng này có hôm nó nói thơ anh không phải thơ! Thế là sao hở anh?

– Ông đếch cần thằng nào khen thơ ông.

Vậy là mắt bác Mai Thảo lừ lừ, "đếch" liên tục. Bác càng "đếch" thì chú Khánh Trường càng bịa ra bao thứ, mặc cho nạn nhân phân trần. Có khi nạn nhân phải đứng dậy đi chỗ khác, chú khoái chí cười hô hố. Trò này diễn ra hàng ngày, nạn nhân có khi là người ở xa, có khi một người trẻ mới tập tành làm thơ... Chú bịa ra đủ thứ chuyện để bác Mai Thảo mắng. Có hôm nạn nhân là mẹ tôi.

– Anh ạ, bà Tuyền sắp ra tập thơ, nhờ em layout, đang muốn nhờ anh viết lời tựa.

Bác Mai Thảo, dừng đũa, lừ lừ nhìn mẹ tôi. Mặc cho mẹ tôi cải chính, chú vẫn bô bô:

– Thật mà anh. Tôi đã layout nửa cuốn rồi. Chờ anh thôi ạ, anh viết cho bả vài dòng thôi, mới tập tễnh, khen lắm bả lại hăng mà ra thêm cuốn hai thì phiền!

Dù mẹ tôi nói như van chú thôi đi, nhưng chú vẫn châm vào khiến bác Mai Thảo không an tâm, đe dọa mẹ tôi: "Chớ nha em! Không được nha em!"

Hôm đó bố tôi cũng bị lừa, quay qua hỏi mẹ: "Thật không Tuyền!?" Cả bàn phá lên cười. Đương nhiên người cười to nhất là chú Khánh Trường. Nhiều người là nạn nhân của chú vậy mà ai cũng thương. Trong đó có tôi. Thuở ấy, tôi là một đứa trẻ rụt rè, nhút nhát. Tôi không có bạn bè. Bù lại, những người bạn của Bố rất thương và nuông chiều tôi. Bác Cảnh cho tiền tôi đi học thêm. Bác Mai Thảo và chú Khánh Trường thì luôn kêu những món ăn tôi yêu thích. Dù lúc ấy tôi đã tròn như hột mít, nhưng họ cứ cho tôi ăn. Trong mắt họ tôi luôn là đứa trẻ, cần được bảo bọc, cần phải ăn no, chóng lớn. Họ ngồi hằng giờ với nhau, mỗi ngày mỗi tháng, hàng năm, mà không hề chán nhau. Trong trí nhớ của tôi, chú Khánh Trường là người yêu cái đẹp. Chú có thể đắm chìm trong nhan sắc của một nàng thơ. Nhưng ngoài vợ ra, chú chỉ yêu bạn bè. Chú có thể nhìn say đắm một người phụ nữ, cứ ngỡ chú đang yêu cuồng dại, nhưng nếu bác Mai Thảo hay bố tôi gọi, chú sẽ bỏ ngay để chạy tới với bạn. Trong mắt tôi, chú Khánh Trường cuồng, nhưng không hề dại.

Trong miền thơ ấu của tôi, chú Khánh Trường ngang tàng, hào sảng... Vậy mà có một ngày, bệnh ập đến với chú. Những người thân xung quanh tôi, có lẽ chú là người đón nhận bệnh tật đầu tiên. Và dù có bao lần dỗ bệnh, nó cứ ập tới với chú một cách thô bạo, nó giày vò thể xác chú. Tuy vậy, bạo bệnh, không làm giảm đi sự nồng nhiệt với đời, nồng nàn với văn chương, hội họa. Chú vẫn sừng sững như cây tùng, cây bách, chú ngạo nghễ với đời. Những căn bệnh không cướp đi của chú sự ngang tàng. Chúng lại càng không cướp đi được tiếng cười giòn tan. Sau này, những lần gặp gỡ, khi được ngồi cạnh chú, tôi luôn nhắm mắt vài giây. Trong những giây phút đó, tiếng cười của chú luôn đưa tôi về quá khứ, với hình ảnh của Bố tôi và Bác Mai Thảo. Tiếng cười hăng hắc của chú Khánh Trường khi chọc phá người này, trêu ghẹo người khác. Tiếng cười giòn giã của chú cũng kèm theo hình ảnh bác Cảnh trong quán Nguyễn Huệ – một ông Hà Thành đỏm dáng, đi tới đi lui với điếu thuốc điệu đàng trên tay. Tôi thấy lại bác Bùi Bảo Trúc với đôi mắt láu lỉnh, luôn châm chọc, giễu cợt một ai đó, bác thích bánh đậu xanh... Họ nói lớn, cười vang như cùng là chủ nhân của tiệm phở Nguyễn Huệ.

Suốt một tuần lễ, dù có bận rộn với những ngày cuối năm, lòng tôi, trí tôi vẫn quay về nơi chốn quen thuộc – nhà thương. Tôi không còn sợ nhà thương. Những năm sau này, tôi gọi đó là nhà thương, chứ không gọi là bệnh viện, vì nơi đây, đã đem đến cho tôi những vết thương, rất cần thiết trong đời sống. Tôi vào nhà thương để tìm lại tiếng cười của chú. Tiếng cười với những người của muôn năm cũ. Nhưng cả tuần qua, nơi đây chỉ có sự tĩnh lặng, tàn nhẫn.

Tối hôm qua, chú Khánh Trường đã về với tôi trong giấc mơ. Tôi nhìn rõ khuôn mặt rạng ngời của chú. Tiếng chú cười lớn trong sớm mai. Tôi và chị Hòa Bình, ôm chầm lấy chú. Ba chú cháu chụp với nhau cả triệu tấm hình. Tim tôi không còn bị cuốn đi bởi nỗi buồn bất biến mà là niềm hạnh phúc vô biên bên chú bên chị.

Chú ơi, chú đi bình an. Khi gặp Bố, Bác Mai Thảo, Bác Bùi Bảo Trúc, Bác Cảnh... chú ôm họ thật chặt giùm con. Chú nhớ "dọa" với bác Mai Thảo mẹ con sẽ vẫn chờ lời giới thiệu của bác ấy, nhớ gọi thật nhiều món ăn, và để bác Cảnh trả tiền nghe chú.

Orchid Lâm Quỳnh

PHẠM CAO HOÀNG
Phác Họa Một Chiều Thu

Tranh sơn dầu "Chập chùng bóng núi" của Khánh Trường

Những mảng màu tối sáng
như màu của thời gian.
Dăm đám mây phiêu lãng
bay về phía đại ngàn.
Chàng đứng bên giá vẽ
lặng lẽ trong hoàng hôn.
Dưới chân người họa sĩ
mùa thu ngập lá vàng ./.

PHẠM HIỀN MÂY

KHÁNH TRƯỜNG –
HOÀN TẤT CUỘC RONG CHƠI!

Khánh Trường par Phan Nguyên

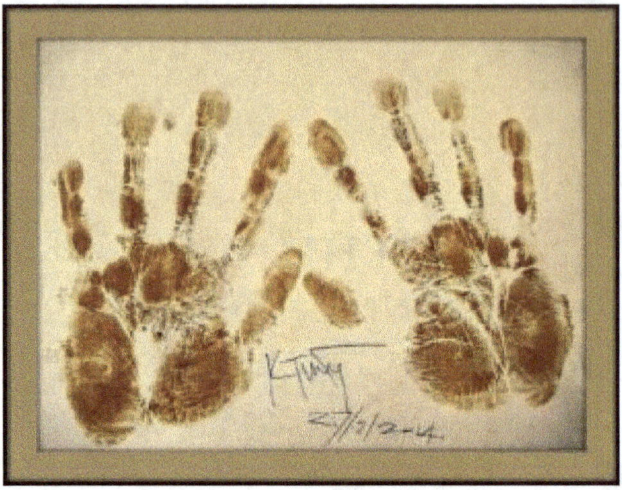

I/ KHÁNH TRƯỜNG VÀ CUỐN TIỂU THUYẾT SAU CÙNG

Cuốn du ký tiểu thuyết CÙNG NHAU ĐẤT TRỜI, là cuốn tiểu thuyết cuối cùng của Khánh Trường, với lời đề:

TẶNG PHẠM HIỀN MÂY, GHI NHỚ MƯỜI NĂM HẠNH NGỘ.

Lúc anh quyết định ghi lời đề này ở đầu trang truyện, anh có nhắn cho tôi. Ban đầu, tôi cứ nghĩ anh nói cho tôi vui thôi, chớ việc đề tặng ai, đó là một vinh dự đặc biệt lắm, tác giả thường phải cân nhắc nhiều.

Tôi nhắn đùa lại, gì mà có mười năm, ít vậy, đợi hai mươi năm, lâu thêm một chút, rồi tặng cũng không muộn mà.

Nào dè, ít lâu sau, sách ra, và lời đề như anh nói, nằm trang trọng ở trang đầu tiên.

Ở trang kế tiếp, anh ghi bốn câu thơ của tôi:

xin thêm một ít hồn nhiên
cho nhau này chút hồn nhiên mối tình
dẫu buồn vui vẫn bóng hình
chẳng đầu chẳng cuối trăng mình dòng sông
Phạm Hiền Mây

oOo

II/ KHÁNH TRƯỜNG, MỘT CUỘC ĐỜI VỚI NHỮNG BUỒN VUI VÔ CÙNG, VÔ TẬN

Tôi là người sửa chính tả và lỗi câu cho gần như các tác phẩm mà anh viết sau này: *Tịch Dương*; *Dấu Khói Tàn Tro*; *Bãi Sậy Chân Cầu*; *Có Kẻ Cuồng Điên Khóc*; *Xuyên Giấc Chiêm Bao*; *Đừng Theo Dông Bão*; *Nắng Qua Đèo*; *Năm Tháng Buồn Thiu; Cùng Nhau Đất Trời* và cả tiểu thuyết *Phỉnh*, mà anh dự định in trong những ngày sắp tới.

Các nhân vật trong truyện của anh, anh lấy từ trong đời sống thật. Vai nam chính, anh lấy từ chính anh, từ chính cuộc đời anh. Lớn lên từ một vùng quê nghèo khó, học hành không đến nơi đến chốn, lên Sài Gòn, rồi vào lính, rồi lập gia đình, rồi sinh con, rồi vượt biên, rồi lưu lạc, rồi thành họa sĩ, lập gia đình mới, rồi qua Mỹ với đủ thứ nghề, chẳng nghề nào được đào tạo chính quy, nhưng lại xây dựng được tiếng tăm trong giới văn nghệ.

Quan trọng nhứt là anh đã có một gia đình ấm êm với người vợ sau, quan trọng nhì là anh đã có những bạn bè rất mực hiểu và rất mực thương anh, và quan trọng sau cùng, là anh đã làm được những công việc, mà ngay cả người có sức khỏe tốt, cũng khó lòng làm được như thế.

Những nhân vật nữ còn lại, là mẹ anh, là bạn gái anh, là những người anh từng yêu, là vợ trước của anh, là người vợ bây giờ của anh, và chắc cũng có hình ảnh của nhiều người nữ khác nữa, cả tôi, anh có từng nói vậy, nhưng tôi nghe xong thì tai này qua tai kia, không lưu tâm lắm.

Anh rất yêu thương mẹ anh. Yêu thương tới mức, anh để avatar, là ảnh của người mẹ, trên trang facebook của anh, một thời gian khá dài. Anh cũng thường kể cho tôi nghe về mẹ anh, như bao người mẹ Việt Nam khác, yêu thương chồng con, một đời tận tụy, hy sinh vì chồng con, cho đến khi bà mất.

Anh cũng rất biết ơn vợ anh, chị Oanh, người đã lo lắng, chăm sóc cho anh, một người chồng bệnh tật; người đã chịu đựng bản tính nghệ sĩ của anh, ngông cuồng, hoang phí, rượu và bạn bè, mà không hề tiếng to tiếng nhỏ, suốt mấy mươi năm qua.

Anh yêu thương các con của mình, nhưng đặc biệt nhứt vẫn là cô con gái út ít, xinh xắn, đẹp đẽ, con chung duy nhứt của anh và chị Oanh, và hạnh phúc vô cùng khi đứa cháu ngoại của anh ra đời, mới đây.

oOo

III/ KHÁNH TRƯỜNG, MỐI GIAO TÌNH CỦA CHÚNG TÔI

Trong vòng ba năm, từ 2016 đến 2018, tôi in sáu cuốn thơ. Một tay anh vẽ bìa, minh họa hình ảnh các trang trong. Một tay anh, gọi điện, viết thư, nhờ vả Đặng Tiến, Du Tử Lê, Luân Hoán, Nguyễn Vy Khanh, Đào Hiếu, Nam Dao, Trần Vấn Lệ, viết lời bạt, lời tựa cho sáu cuốn thơ ấy của tôi, thành hình thành dạng, và phát hành trên Amazon, cũng như trên toàn nước Mỹ.

Năm 2020, anh thúc hối tôi ra một tuyển tập thơ. Năm ấy là năm COVID hoành hành, với bao mất mát và chết chóc, thêm vào đó, thơ thời nay, chẳng ai thiết tha mua, nó thặng dư, thừa mứa, nếu cần xem thơ ai, google ba giây, là ra kết quả ngay, nên tôi nản lắm, lắc đầu nguầy nguậy, trả lời, in để làm gì.

Nghe tôi buông những lời chán ngán, anh buồn, như trối trăng: Anh còn khỏe đây, anh muốn giúp em, anh sợ anh chết, không lo cho em được nữa, buồn.

Những khi ấy, tôi thường gạt ngang: Chết gì mà chết. Em bấm tử vi anh rồi, chín mươi chín tuổi mới die. Tôi xạo thế thôi. Tôi biết gì về tử vi, tử vận. Nhưng anh cũng vui. Rồi hai anh em chuyển sang đề tài khác.

Cách đây bốn tháng, tôi nói, tôi đang viết cuốn *Hương Bay Ngược Gió* về sư Minh Tuệ. Anh mừng lắm. Anh nói, em viết gì, anh cũng thấy vui. Em viết tài. Không viết rất phí. Khi nào xuất bản thì gởi qua cho anh làm kỷ niệm nha. Tôi dạ. Sách ra rồi, nhưng trục trặc đủ thứ. Chưa kịp tính chuyện gởi sang cho anh, anh đã chuẩn bị từ biệt lần sau cùng để ra đi mãi mãi.

Ơn anh là bà đỡ cho sáu đứa con tinh thần của tôi ra đời tròn trịa trên đất Mỹ, ngoài việc sửa lỗi chánh tả cho các truyện anh viết, tôi còn viết nhiều lời tựa, lời bạt cho các sách anh in, như:
1. *Khánh Trường, Yêu Em Là Tự Chuốc Sầu Chung Thân!*
2. *Khánh Trường, Người Bạn Văn Thân Thiết Của Tôi!*
3. *Cùng Nhau Đất Trời, Du Ký Tiểu Thuyết của Khánh Trường!*
4. *Khánh Trường Và Năm Tháng Buồn Thiu!*
5. *Khánh Trường, Nhà Văn, Nhà Thơ, Họa Sĩ Mà Tôi Biết!*

Bài nào, tôi cũng rút ruột mà viết ra. Tận tình. Tận nghĩa.

oOo

IV/ KHÁNH TRƯỜNG, MỘT TÀI HOA ĐÁNG MẾN, ĐÁNG TRỌNG

1. KHÁNH TRƯỜNG, YÊU EM LÀ TỰ CHUỐC SẦU CHUNG THÂN! (TRÍCH)

[...]

Sang Mỹ, Khánh Trường nổi hứng làm văn nghệ. Anh ấy chủ trương tờ Hợp Lưu, và quy tụ được, cơ man là các nhà, nhà văn, nhà thơ, nhà báo, nhà dịch thuật, nhà nghiên cứu, nhà biên khảo, từ ngoài nước và cả từ trong nước nữa, toàn những tên tuổi, toàn những tầm cỡ.

Nói tới Khánh Trường là nói tới ai? Với cá nhân tôi, là nói đến một họa sĩ, là nói đến chủ bút tạp chí Hợp Lưu. Đó chính là hai công việc, mà tôi cho rằng, thành công nhứt trong đời anh ấy.

Làm văn nghệ, ngoài việc phải có tài, tài thiệt chớ không tài giả, ngành nào cũng vậy, đứng đầu mà không giỏi chuyên môn, không giỏi giang thêm này kia, kia nọ, lính lác, em út, người hợp tác, họ không nể, trước sau gì cũng sập tiệm.

Ngoài việc phải có tài, thì còn phải có tâm. Điều này thì Khánh Trường dư thừa. Anh ấy thuộc loại: ăn cơm nhà, vác tù và hàng tổng; việc nhà thì nhác, việc chú bác thì siêng. Hết lòng đãi bạn bè. Hết lòng giúp đỡ bạn bè. Làm gì, đã nhận, thì phải làm tới nơi tới chốn, dù bệnh tật, dù cạn kiệt tài chánh.

Ảnh công khai kể, nhiều lần, câu chuyện có thiệt, ảnh từng lấy bút danh lạ hoắc Tống Ngọc, để viết một truyện sex, thuần sex, có tên *Qua Khe Hở*, đặng bán, kiếm được, hình như, hai mươi lăm ngàn đô thì phải, để vực dậy tờ Hợp Lưu đang quá chừng lỗ vốn. Thế là, một nhà văn Khánh Trường ra đời.

Văn của Khánh Trường đôn hậu, thuần phác. Câu viết ngắn. Dễ hiểu. Anh viết theo lối xưa. Tả cảnh rồi tả người, xen với tả người là tả tình. Tả xa rồi tả gần. Tuần tự. Mạch truyện chậm. Nội dung hiền lành, không có những cảnh quá dữ dội hay kinh dị, và hầu hết là kết thúc có hậu.

Có vài lúc, tôi hỏi anh, anh có làm thơ không?

Ảnh cười ha ha: Hồi xưa cũng có, nhưng anh tự thấy mình không mặn mòi với thơ lắm, và ngược lại. Anh cũng đưa tôi đọc dăm ba bài thơ cũ, đọc xong, tôi trả lời, thơ hay mà.

Rồi thôi, hai anh em cũng không nói thêm gì về đề tài này nữa.

Giang hồ là thế (xin hiểu giang hồ này ở trong ngoặc), chọc trời khuấy nước là thế, lãng tử là thế, vậy mà, ba, bốn lần đột quỵ, vẫn thở. Nhưng điều buồn bã nhứt của anh, không phải là chuyện tình cảm, càng không phải là chuyện tài chánh, mà là.

Mấy mươi năm ngồi xe lăn. Chân không đi lại được. Tay cũng yếu. Vẽ không được, thì qua viết. Ban đầu, viết dài. Nay thì viết ngắn, cũng rất mệt. Ảnh buồn lắm.

Gần đây, ảnh lên mạng, làm những bài thơ bốn câu. Cộng thơ cũ lẫn thơ mới, ảnh in ra (một cách để lại đời, để lại cho người thân của mình làm kỷ niệm) cuốn thứ hai, mà ảnh ngậm ngùi xác nhận, đây cũng là cuốn cuối cùng về thơ của tôi.

Ảnh ngậm ngùi, làm tôi cũng ngậm ngùi lây. Ngậm ngùi lây, vì tôi với ảnh thân với nhau quá mà. Viết về ảnh, viết về Khánh Trường, thì tôi có hàng chục đề tài để viết về, vì tôi và ảnh đã quá biết nhau suốt mười năm qua, bao nhiêu là chuyện đã trao đổi cùng. Nhưng viết, mà ảnh còn đọc được, thì không chắc đến khi nào.

Nên hôm nay, cũng không nhớ là đã lần thứ bao nhiêu, tôi lại viết về ảnh: họa sĩ, nhà văn, nhà thơ, và nhà làm văn nghệ, cừ khôi – Khánh Trường!

[...]

Khánh Trường bây giờ, lục phủ ngũ tạng đều có vấn đề. Ai cũng nói, ảnh sống đến giờ này là kỳ tích. Thú thiệt, tôi cũng thấy như vậy – kỳ tích.

Kỳ tích còn ở chỗ, trò chuyện với anh qua Messenger, anh trả lời rất nhanh, dẫu bây giờ, mười ngón tay, chỉ còn duy nhứt một ngón gõ được trên bàn phím. Không chỉ nhanh, mà còn thông minh, lưu loát. Không chỉ thông minh, lưu loát, mà còn rất nhớ, nhớ kỹ, nhớ từng chi tiết. Tôi thiệt là bái phục ảnh luôn.

Là họa sĩ mà không cầm cọ được. Là nhà văn mà không cầm bút được. Là người giao tiếp giỏi, nhưng để phát âm được một câu ngắn, giờ đây, cũng trở nên quá sức khó khăn với ảnh. Vậy mà không khóc. Vậy mà luôn cười. Lâu lâu, buồn bực quá thì lên trang ảo não vài câu, rồi thôi.

Chính gia đình là nguồn trợ lực lớn nhất, với Khánh Trường. Sau nữa là bạn bè bốn phương, đặc biệt là những thân hữu kỳ cựu lâu nay. Xưa, khí khái, ăn to nói lớn, thẳng ruột ngựa bao nhiêu, thì bây giờ lại, thôi, bỏ qua, hơn thua làm gì, sắp chết rồi, để chúng ghét, chết cũng chẳng yên.

Nhiều khi tôi muốn ghẹo ảnh, Khánh Trường đắc đạo rồi!

Người tôi viết về nhiều nhứt là Khánh Trường, vì anh là một người anh vô cùng thương mến của tôi. Mệnh trời khó đoán, nhiều khi bệnh rề rề mà trăm tuổi cũng nên. Sống chết đều có số hết. Chỉ muốn bày tỏ cùng anh, sống, ai cũng có một cuộc đời để sống.

Nhưng nghị lực như anh, can trường như anh, mạnh mẽ như anh, đó giờ, Mây mới chỉ thấy mỗi mình anh Khánh Trường thôi.

Cố lên, đồng chí Khánh Trường!

oOo

2. KHÁNH TRƯỜNG, NGƯỜI BẠN VĂN THÂN THIẾT CỦA TÔI! (TRÍCH)

2.1 NHỮNG NGƯỜI MUÔN NĂM CŨ HỒN Ở ĐÂU BÂY GIỜ (Vũ Đình Liên)

Anh vẫn thường lên trang mình và tự cười cợt, mỉa mai, châm biếm, kiểu như là, hơn nửa đời người, tôi bệnh tật, nhiều bạn xưa của tôi đã lần lượt về chầu trời, thế mà sao tôi lại sống dai thế nhỉ, tận đến giờ này, dai nhanh nhách, như giẻ rách, lê lết, chán chường, mỏi mệt.

Kiểu như là, sao tôi chưa chịu chết nhỉ, bao giờ thì tôi mới chết đây, chứ sống như thế này khổ quá, nhàm quá, cứ đi lọc máu, rồi về nằm, nằm chán, thì lại ngồi dậy cho người ta khiêng đi lọc máu.

Rồi anh cười, anh để vào sau status các icon mặt cười, cười haha, cười ngặt nghẽo.

Nhìn anh cười mà sao tôi lại cảm ra, sau nụ cười như khóc đó, là khuôn mặt mếu của anh. Tôi thấy vậy, nụ cười méo xệch như nén lại, đè xuống cho tiếng khóc khỏi bật ra, và cứ chịu đựng như thế, đã trong hơn suốt ba mươi năm trời.

Rảnh rỗi, chẳng biết làm gì, anh viết. Viết đủ thứ, đủ thể loại, tiểu thuyết, truyện ngắn, truyện sex. Viết đàng hoàng chán thì quay ra viết tưng tưng, cà rỡn. Gần đây, anh nhắc nhiều đến chuyện xưa, người xưa. Anh nhắc nhiều đến hồi đó, cái hồi mà anh còn dọc ngang, vẫy vùng thiên hạ, đầu đội trời, chân đạp đất, lấy hộp màu làm gối, lấy bàn nhậu làm giường, vợ ư, quên đi, con ư, ta nợ nhau đời này vậy nhé.

Cái thời mà, chỉ bạn bè là quan trọng, chỉ vẽ vời, viết lách, xem việc thiên hạ như việc của mình, là ý nghĩa mà thôi.

Có phải chính vì thế mà nhà thơ Hà Khánh Quân linh cảm ra điều gì chăng, nên mới muốn làm một số đặc biệt cho anh trên tạp chí Ngôn Ngữ? Tôi không biết. Có thể, đó chỉ là việc tình cờ, chuyện tình cờ, như muôn vàn những tình cờ xảy ra trong cõi trần gian này. Những tình cờ thường đột ngột và không báo trước, để rồi sau đó, những ai hoài thường lặng một mình khi buổi chiều sang, dưng bỗng thốt lên, đầy ngơ ngác:

Những người muôn năm cũ
Hồn ở đâu bây giờ.

oOo

2.2 TÀI TÌNH CHI LẮM CHO TRỜI ĐẤT GHEN (Nguyễn Du)

Ở đời, mấy ai chỉ toàn được người thương, người thích. Đặc biệt, với người có chút tiếng tăm, thì việc ấy lại càng hiếm. Trừ phi. Phải, trừ phi, đến một ngày, họ ra người thiên cổ.

Thế nhưng, ở một số hiếm hoi khác, dẫu còn đương sống, cũng vẫn được nhiều người nhắc, nhiều người nhớ, và anh, có trong số đó. Kẻ thù anh, không thấy (cũng có thể là tôi không biết). Người ghét anh, dường cũng chẳng đến mức ghét cay ghét đắng, ghét đến cả đường đi lối về. Hay người ta, thấy anh, nhiều năm dài sống trong bất như ý, nên, giận mấy cũng hóa thành thương cảm chăng?

Tôi không biết. Tôi chỉ biết, với tôi, anh là người đáng quý, đáng mến, dễ thương, hiền lành với lối sống trung dung, dĩ hòa vi quý, biết điều, và, chẳng làm chi đến nỗi gây thiệt hại cho người chung quanh.

Ngoài những cái đáng mà tôi vừa kể, riêng với tôi, anh còn là ân nhân. Sáu tập thơ của tôi, lần lượt ra đời trên đất Mỹ, một tay anh lo toan. Cái tên Phạm Hiền Mây của tôi, bay đi xa hơn, nhiều tiếng vọng lại hơn, cũng có phần từ anh.

Chẳng mục đích gì. Chẳng toan tính, lợi dụng gì. Vì mến chữ, mến người, lại như tự thấy mình là người đi trước, tự thấy mình có trách nhiệm với đàn em văn nghệ, mà đưa vai cáng đáng, vậy thôi. Chuyện này xưa nay vốn cũng nhiều, khắp nơi, không lạ.

Người tốt tính lại giỏi, vẽ giỏi, đứng chủ biên cũng giỏi, giao hảo cũng hay, nói và viết, ngăn nào, cũng không tệ như thế, sao lại phải ngồi trên xe lăn đến hơn nửa đời người, phải bó gối, chịu trận một chỗ lúc tóc còn xanh, sức còn đương, như vậy?

Tại sao?

Tại sao?

Và, tại sao?

Thì tại vậy nên đành phải vậy. Tại số mệnh. Tại nghiệp báo. Tại, tại, tại. Không trả lời được thì đổ thừa, chớ biết phải lý giải làm sao cho trọn vẹn bây giờ:

Tài tình chi lắm cho trời đất ghen!

oOo

2.3 KHÔNG LÀ LÍNH THÚ SẦU LÊN ẢI CŨNG THẤY LÒNG CHIA DƯỚI CÁT LẦM (Trần Huyền Trân)

Đời thiệt bất như ý. Tinh thần còn vững. Ý chí còn xuân. Nỗi ham vẽ, ham viết vẫn còn dấy lên hàng phút, hàng giờ, tha thiết. Thế mà, đôi chân thì không đi lại được. Hai bàn tay cộng lại, chỉ nhúc nhích được mỗi một ngón. Thế có ức không. Thế có đau lòng không. Đời khác gì viên ngọc còn đương sáng, còn trang sức cho người thêm đẹp vẻ trăm năm, thế mà, lại bị cát sa mạc nhào lên, trộn xuống rồi vùi sâu chín tầng bụi lấp. Nỗi sầu làm lính thú bị quan trên chỉ thị xung tấn ra biên ải, xa vợ xa con, chẳng biết ngày về, nhẽ, cũng chỉ bằng với nỗi sầu của anh đang phải trải trong những năm tháng đằng đẵng vừa qua.

Trước mắt tôi giờ đây là kệ sách. Kệ có hai mặt, bốn tầng, thì tôi dành hẳn một tầng, mặt bên này, bày sách của Khánh Trường: *Truyện Ngắn Khánh Trường, Khánh Trường Oil Paintings, Bốn Mươi Bốn Năm Văn Học Việt Nam Hải Ngoại, Chuyện Bao Đồng, Tịch Dương, Dấu Khói Tàn Tro, Bãi Sậy Chân Cầu, Có Kẻ Cuồng Điên Khóc, Xuyên Giấc Chiêm Bao, Đừng Theo Dông Bão, Nắng Qua Đèo.*

Sách xuất bản thì nhiều đến như vậy. Chưa kể, bao năm còn khỏe mạnh là bấy nhiêu năm, anh phụ trách tạp chí Hợp Lưu, một tạp chí danh tiếng, là nơi hội tụ tài năng của giới văn nghệ miền Nam trước 1975, và cả một số tên tuổi, sau mốc này. Anh thân thiết theo lối giang hồ với hầu hết các văn nghệ sĩ nổi tiếng, mà viết tên họ ra, chắc danh sách dài như cái tên anh vậy, Khánh Trường, cả trang giấy chớ không phải ít đâu.

Anh vẽ tranh nude cũng đẹp. Viết truyện sex cũng dàn trời. Nói tục, chắc cũng một cây. Là anh tự nhận thế, nên tôi cũng biết thế.

Tài nào mà không tật. Là tôi cũng nghe người xưa nói vậy, nên tôi cũng chỉ biết đến vậy.

oOo

2.4 ÔM LÒNG ĐÊM, NHÌN VẦNG TRĂNG MỚI VỀ, NHỚ CHÂN GIANG HỒ ÔI PHÙ DU, TỪNG TUỔI XUÂN ĐÃ GIÀ, MỘT NGÀY KIA ĐẾN BỜ, ĐỜI NGƯỜI NHƯ GIÓ QUA (Trịnh Công Sơn)

Viết về một họa sĩ, một nhà văn, mà tài năng và tai ương trong đời, xấp xỉ, như Khánh Trường, sẽ không bao giờ là đủ. Nhất là với tôi, lớp đàn em, sinh sau (theo nghĩa văn nghệ), đẻ muộn. Tôi lại ở Việt Nam, anh thì ở Mỹ, chưa từng một lần gặp mặt. Thế nhưng anh

Luân Hoán vẫn đánh tiếng, nhờ tôi viết, chắc có lẽ vì cái duyên chữ bấy lâu nay giữa tôi với anh Khánh Trường. Sáu xuất bản của tôi, anh lo tất tật. Ngược lại, sáu truyện ngắn gần đây anh cho ra đời, cũng chính tôi là người đọc lại, và, sửa lỗi chính tả giùm cho anh ấy.

Trong lòng tôi, Khánh Trường là một đàn anh, một người anh, mà tôi một mực kính trọng, và quý mến, dẫu những thị phi này nọ, không phải không từng lần tôi có nghe.

Thì đã sao. Rồi cát bụi hết thôi. Tranh cãi hơn thua, cho mình phải, cho mình đúng, cho mình hay, để mà làm gì, để mà được gì. Khánh Trường, tên anh đẹp. Đẹp như tấm lòng hào sảng anh, từng đến nhân gian này, và, cho đi, trao tặng.

Đời người như gió qua!

oOo

3. CÙNG NHAU ĐẤT TRỜI – DU KÝ TIỂU THUYẾT CỦA KHÁNH TRƯỜNG! (TRÍCH)

3.1 DÉT-SƠ, ĐỒNG CHÍ KHÁNH TRƯỜNG

Cuốn du ký tiểu thuyết còn đang viết dở những trang cuối cùng, thì anh đã gởi thư sang cho tôi, rủ rê "hùn hạp".

Anh nói: Mây viết Lời Tựa truyện này, đồng thời sửa chánh tả giùm anh nghen. Cuốn truyện sẽ là kỷ niệm của anh em chúng mình, sau mười năm hạnh ngộ nhau trên trang mạng.

Làm sao mà từ chối được, người anh đáng quý, đáng mến, đáng nể, đáng phục này. Làm sao mà từ chối được, "bà mụ" Khánh Trường, bà mụ đỡ cho sáu đứa con thơ của tôi được ra đời, tròn trịa, xinh đẹp, hài hòa dáng vóc.

Tôi bèn gõ trả lời: Dét-sơ, đồng chí Khánh Trường!

oOo

3.2 VẪN LÀ, DÉT-SƠ, ĐỒNG CHÍ KHÁNH TRƯỜNG

Anh chuyển bản thảo cho tôi xem, rồi nhắn thêm, nếu được, em đặt tên truyện cho anh luôn nha.

Tôi định buột tay gõ: Chèn, vừa phải thôi nha đồng chí, thấy người ta hiền rồi làm tới, sai bảo đủ chiện nha.

Nhưng ngưng kịp, vì nhớ đến sáu cuốn thơ của tôi, chúng ra đời mà không tốn của tôi một hơi rặn nào. Từ tập hợp bài, từ trình bày bìa đến ruột, từ đặt tên cho từng cuốn sách, từ liên lạc với bên nhà xuất bản, nghĩa là từ A cho đến Z, tất tần tật, anh lo hết cho tôi. Ở bên này, Việt Nam, tôi chỉ nằm trên sofa, chờ sách ở bển gởi dzìa.

Nên giờ đây, ảnh nhờ có nhiêu đây, bây nhiêu đây chớ có nhiều hơn, tôi cũng chẳng bao giờ từ chối.

Tôi bèn gõ trả lời: Dét-sơ đồng chí Khánh Trường!

oOo

3.3 VẪN TIẾP TỤC LÀ, DÉT-SƠ, ĐỒNG CHÍ KHÁNH TRƯỜNG.

Hôm qua, chat với anh, tôi hỏi, anh kể sơ lược cho Mây nghe về "đời bệnh" của anh đi. Thế là, ảnh hì hục gõ máy, gởi cho tôi, nguyên văn như sau:

– 2001, tai biến lần thứ nhứt

– 2002, tai biến lần thứ hai

– 2003, tai biến lần thứ ba

Chưa kể vài lần nữa, nhưng nhẹ.

Lần thứ hai, song song với tai biến là suy tim.

Lần thứ ba, song song với tai biến là loét bao tử và ung thư cuống họng.

Chà, bệnh lung tung, ra vô nhà thương như cơm bữa.

Anh sống đến bi chừ, chính anh còn thấy lạ.

Mấy tay bác sĩ điều trị cho anh cũng lắc đầu.

Ngô Thế Vinh bảo: Y Khoa phải xét lại.

Lần anh loét bao tử, máu ra nhiều, chỉ còn 10/4, Ngô Thế Vinh bảo: bình thường như vậy, nếu còn sống thì não đã chết, sẽ sống thực vật, mà anh thì tỉnh queo, trí óc vẫn minh mẫn, có khi còn sáng hơn. Kỳ chưa?

**

Đúng là chuyện khó tin mà có thiệt.

Đúng là phép lạ.

Tôi bèn gõ trả lời: Dét-sơ đồng chí Khánh Trường!

oOo

3.4 VẪN KHÔNG ĐỔI, DÉT-SƠ, ĐỒNG CHÍ KHÁNH TRƯỜNG

Hôm rồi, xem video Khánh Trường vẽ chung với họa sĩ Ann Phong do Nina Hòa Bình quay, trong lòng tôi nghe xúc động quá chừng. Nghĩ thương ảnh thiệt nhiều. Ảnh quá chừng là giỏi. Ảnh quá chừng là nghị lực. Ảnh quá chừng là cố gắng. Hai mươi ba năm ngồi trên xe lăn. Họa sĩ mà không cầm cọ được. Nhà văn mà không cầm viết được. Buồn chớ sao không. Rầu lắm chớ sao không.

Một tuần, ra vô bệnh viện tới ba lần để lọc máu. Trên người, không còn chỗ nào là chỗ không đâm kim. Chưa kể, nhiều lúc bị kháng thuốc, ói mửa. Chưa kể, những lần té lên té xuống, trong phòng, ngoài nhà. Đủ thứ gian nan. Đủ thứ vất vả.

Gắng gỏi chịu hết. Bạn đến, chỉ thấy ở anh một nụ cười. Lâu lâu, u uẩn quá, mới lên facebook gõ bâng quơ vài chữ, đại loại, sống gì mà dai nhách, đại loại, đời gì mà chán quá đi thôi. Bạn bè, không người này thì người kia, vào ra an ủi. Vậy đó, mà đỡ sầu. Vậy đó, lại được thêm một ngày bình an trôi qua.

Tôi ghẹo ảnh, hay là đặt tên cuốn truyện này là CUỐN TIỂU THUYẾT CUỐI CÙNG đi, cho hấp dẫn, cho thu hút, cho gợi óc tò mò, cho đặc biệt, cho xúc động bà con chơi.

Khánh Trường cười haha một tràng dài, chắc nịch, chưa đâu, phải thêm hai, ba cuốn nữa rồi anh mới chịu ngỏm củ tỏi.

Tôi bèn gõ trả lời: Dét-sơ đồng chí Khánh Trường!

oOo

3.5 VẪN LUÔN LUÔN, DÉT-SƠ, ĐỒNG CHÍ KHÁNH TRƯỜNG

Truyện của Khánh Trường rất ít hư cấu.

Tất cả các nhân vật, tất cả các tình huống trong truyện, đều từng là những mảng, những khoảnh đời thật của chính anh và của những người chung quanh anh.

Nếu có khác, ấy là khác về những cái tên trong truyện. Nếu có khác, ấy là khác về tình huống, gia giảm, thêm bớt chút cho đỡ đau thương, cho đỡ buồn, cho đỡ sầu, chớ thiệt ra mà nói, chuyện thực của cuộc đời anh, đôi lúc, còn bi thảm hơn nhiều.

Tôi nói với ảnh: Vẽ, cũng đã vẽ rồi. Thơ, cũng đã làm thơ rồi. Truyện ngắn, cũng đã truyện ngắn rồi. Truyện dài, cũng đã truyện dài rồi. Thôi, bây giờ viết sang thể loại khác đi. Kể chuyện hậu cung của giới làm văn nghệ? Kể chuyện sau cánh gà, sau ánh đèn màu của văn nhân, thi nhân? Hay viết Hồi Ký, chẳng hạn?

Ảnh đáp: Viết về giới nghệ sĩ thì không khó, chuyện vui buồn, có mà đầy. Nhưng các ông, các bà mà anh biết, phần lớn, đã về miền chín suối cả rồi, thôi để họ yên. Còn Hồi Ký ư, cũng khác chi. Viết Hồi Ký là kể chuyện đời mình, mà đời anh, phần lớn là làm văn nghệ. Lại đụng chạm, không người này thì cũng người kia. Phiền phức.

Tôi bèn gõ trả lời: Dét-sơ đồng chí Khánh Trường!

oOo

3.6 KHÔNG ĐỔI, DÉT-SƠ, ĐỒNG CHÍ KHÁNH TRƯỜNG

Khánh Trường không chỉ rành tâm lý phái nam, người già, anh còn rất sành tâm lý phái nữ, trẻ con, mới lớn, xuân thì. Người tốt, kẻ xấu; người sang, kẻ hèn; người gian, kẻ ngay thẳng – loại người nào anh mô tả cũng đều sinh động, đều hay, nên cuốn hút.

Bằng cách nào, tôi cũng không biết, có thể qua gia đình, vợ con; có thể qua bạn bè, họ năng đến chơi với anh rồi kể chuyện cho anh nghe; có thể qua việc đọc sách, đọc báo; nên vẻ như, anh rất rành chuyện ở Việt Nam, dẫu anh cách xa quê nhà cả một đại dương. Mà không chỉ Việt Nam, thế giới, cũng dường trong lòng bàn tay anh vậy. Là năng khiếu tưởng tượng bẩm sinh, tự nhiên của một nhà văn? Hay, do anh tích lũy tốt tất cả những kiến thức thu lượm được xưa nay, cất vào kho tâm trí, rồi khi cần dùng, cứ thò tay vào mà nhón ra thôi?

Thành thử, đọc truyện Khánh Trường, không chỉ thích về mặt nội dung, không chỉ khoái về mặt tình tiết, mà nó còn mang lại nhiều lợi ích khác cho người đọc, nhất là về mặt kiến thức, đa dạng, phong phú. Đặc biệt, kiến thức lần này là đất nước, là con người, là phong tục tập quán, là chuyện ăn, chuyện ở, chuyện mặc, của những vùng đất nổi tiếng nhứt trên hành tinh chúng ta.

Trao đổi cùng anh nhận xét này, anh tán đồng và cho biết thêm: Anh là thằng đàn ông thích đi đây đi đó, không chịu ở yên một chỗ bao giờ. Khi bị đột quỵ anh chỉ mới có năm mươi tuổi. Từ lúc ấy đến nay, chỉ có thể ngồi trên xe lăn, từ phòng ngủ lăn ra phòng khách, từ phòng khách lăn vào phòng ngủ, bức bối lắm. Nên viết là nhu cầu xả stress của anh. Viết về nơi này, nơi kia, làm sống lại những ngày tháng cũ rong chơi khắp chốn, anh cũng đỡ buồn bực. Tôi bèn gõ trả lời: Dét-sơ đồng chí Khánh Trường!

oOo

3.7 LUÔN LÀ NHƯ THẾ, DÉT-SƠ, ĐỒNG CHÍ KHÁNH TRƯỜNG

Chuyện quê hương, chuyện con người, nhất là những gì anh đã trải qua, trong suốt chiều dài gần tám mươi năm sống, đều được anh kể với giọng mạch lạc, rành rẽ, đâu ra đó.

Điều làm tôi khoái nhứt khi đọc truyện của anh, ấy là, anh luôn trung dung trong cách nhìn, không cực đoan khi nhìn nhận và đánh giá. Không chỉ thế, anh còn có lòng khoan dung và độ lượng. Khoái thứ hai, là kết thúc nào của anh cũng tốt đẹp. Điều này, phải chăng, bắt nguồn từ tánh cách đôn hậu của anh?

Tôi không biết. Nhưng đọc xong một cuốn truyện, mà kết thúc là chia ly, là mất mát, là thù hận kéo dài từ đời này sang đời khác, thú thiệt, cũng nặng lòng lắm.

Bày tỏ cùng anh suy nghĩ này, anh gật đầu lia lịa rồi nói: Không biết em có tin không, từ ngày cuộc đời dính chặt với chiếc xe lăn như thế này, anh ngộ ra nhiều điều, mà trước đây, lúc còn: *chọc trời khuấy nước mặc dầu / dọc ngang nào biết trên đầu có ai* (Truyện Kiều – Nguyễn Du) – anh cũng chưa hề một lần thoáng qua, chớ đừng nói là nghĩ tới.

Hồi ấy, anh sân si, anh hơn thua ghê lắm. Giờ nghĩ lại, mới thấy mình trẻ con, nông cạn, ngựa non háu đá. Những thứ vì nó mà mình tranh giành quyết liệt, sống mái, cũng chẳng giúp mình vui mãi, chẳng giúp mình sướng mãi, chẳng giúp mình khỏe mãi, chẳng giúp mình trẻ mãi.

Cát bụi, không sớm thì muộn, rồi sẽ hoàn cát bụi cả thôi.

Tôi bèn gõ trả lời: Dét-sơ đồng chí Khánh Trường!

oOo

3.8 MÃI MÃI, DÉT-SƠ, ĐỒNG CHÍ KHÁNH TRƯỜNG

Thơ, với tôi là những khơi gợi. Thơ, với tôi là những bỏ lửng. Thơ, với tôi là những điền thêm, những điền thêm từ phía người đọc để bài thơ được trở thành của mình.

Anh nhờ tôi nghĩ giùm cho một cái tên truyện. Truyện ngắn thì hai, ba trăm trang. Truyện dài thì năm, bảy trăm trang. Một cái tên, kiểu gì, cũng không thể gói hết, ôm hết, bọc hết được nội dung gần ngàn trang của thể loại tiểu thuyết

Hai nhân vật Nhã và Lâm, cuối cùng có đến được với nhau không. Thiệt là tôi không biết, vì cho đến giờ phút này, tôi chưa nhận được phần kết truyện. Thế nên, đề xuất tên truyện ư?

Thì đây, bài thơ:

CÙNG NHAU ĐẤT TRỜI
biết đâu qua hết lũng, thung
thì ta mới được về chung lối ngàn
tay đan ngón nhớ vô vàn
lúc hồn bốn bể cung đàn nước non

biết đâu qua hết chon von
đỉnh vòi vói nỗi buồn con dế rầu
thì ta mới được nâng bầu
cùng nhau nhắp ngụm tiêu sầu lãng du

biết đâu vừa dứt câu ru
là vừa lúc cuối mùa thu bóng tà
vừa khi treo núi trăng ngà
là vừa lúc bến giang hà khói lau
lúc đi qua hết khổ đau
là khi ta sẽ cùng nhau đất trời.

Đồng ý hay không đồng ý, thì với anh, tôi cũng vẫn luôn luôn: Dét-sơ đồng chí Khánh Trường!

oOo

4. KHÁNH TRƯỜNG VÀ NĂM THÁNG BUỒN THIU! (TRÍCH)

Trên tay tôi, đương là cuốn NĂM THÁNG BUỒN THIU của nhà văn, họa sĩ Khánh Trường mà tôi vừa nhận được chiều tối qua, do tác giả gửi tặng.

Sách dày, cầm chắc nịch. Hình bìa là họa phẩm của anh. Thì còn nói chi nữa, họa sĩ mà. Họa sĩ chính cống, họa sĩ thứ thiệt. Tác phẩm của anh, bức nào cũng đẹp, bức vẽ nào cũng khiến người xem trầm trồ, tấm tắc, dù chúng được vẽ khi khỏe mạnh hay lúc bệnh tật, ốm đau.

Bức hình bìa vẽ đôi mặt người nhìn xa xăm, thiệt buồn. Sau tai biến, cầm cọ không được nữa thì anh cầm bút. Tôi sẽ không nói là truyện anh hay, truyện anh xuất sắc, độc đáo, lạ kỳ, làm rung động, làm cuốn hút, như người đọc thường ca ngợi một số tác phẩm của một ít nhà văn khác, mà tôi sẽ nói, vâng, tôi sẽ nói, truyện anh đọc buồn, truyện anh viết chân thành, dù là truyện về tình yêu nam nữ, về mối quan hệ người với người, hay về cuộc chiến tương tàn cùng những hệ lụy của nó.

Ngồi trên xe lăn, tay chỉ cử động được một ngón, mà có đến mười mấy tác phẩm nối gót nhau ra đời, chưa kể ra được mấy triển lãm, không gọi là kỳ tích thì phải gọi là gì bây giờ. Mà đã kỳ tích, thì không phải sao, người cũng đáng gọi là kỳ tài. Khánh Trường, thiệt là tài, là giỏi, chớ phải chơi.

Mà do trời già ghen ghét, nên thành nỗi, nên mới NĂM THÁNG BUỒN THIU.

Buồn hiu, nó còn nhè nhẹ, khe khẽ. Còn buồn thiu ấy mà, coi mòi đã buồn lắm lắm. Như thức ăn để lâu lên men, nấm mốc mọc đầy, nỗi buồn thiu cũng thế, ngày này qua ngày khác, chúng dày lên, bám thành rong, thành rêu, hóa đá đời phiền muộn.

Tôi đang nói đến đâu rồi nhỉ. Cái tật tôi là thế. Viết chính là ghi ra những thứ đang lần lượt chạy trong đầu, mà trong đầu tôi ấy mà, thì chuyện nọ xọ chuyện kia.

Một phần ba cuối sách, Khánh Trường làm phụ lục, dành đất cho chín tác giả khác viết về, nói về anh, đó là các tác giả, Nguyễn Vy Khanh, Trương Vũ, Phạm Chu Sa, Phạm Hiền Mây, Trần Thị Nguyệt Mai, Lê Chiều Giang, Nhật Hạ, Minh Ngọc, Đỗ Trường...

[...]

Cuối cùng là Phạm Hiền Mây. Bài viết của Mây có phần đặc biệt hơn, vô tình hay hữu ý, không biết, ở trang hai trăm bảy mươi tám, có bức hình anh đăm chiêu, suy tư bên bàn làm việc, và bức này, cũng chính là bìa của cuốn KHÁNH TRƯỜNG & BẰNG HỮU mà tôi sẽ viết bài giới thiệu vào lần sắp tới.

Như bao tác giả khác, Phạm Hiền Mây cũng viết về Khánh Trường bằng cả tấm lòng mình, tha thiết bằng hữu, ơn có, quý trọng có, nể phục có, cả buồn bực, muộn phiền vì những lẽ gì đó, cũng có luôn. Nhưng sau hết thảy, vẫn là tình thương, một tình thương mãi mãi:

"... Trong lòng tôi, Khánh Trường là một đàn anh, một người anh mà tôi một mực kính trọng và quý mến, dẫu những thị phi, tai tiếng này nọ về anh, không phải không từng lần tôi có nghe. Thì đã sao. Rồi cát bụi hết thôi. Tranh cãi hơn thua, cho mình phải, cho mình đúng, cho mình hay để mà làm gì, để mà được gì. Khánh Trường, tên anh đẹp, đẹp như tấm lòng hào sảng anh, từng đến nhân gian này, và, cho đi, trao tặng.

Đời người như gió qua!"

Đời người, những NĂM THÁNG BUỒN THIU, rồi như gió qua!

oOo

5. KHÁNH TRƯỜNG – NHÀ VĂN, NHÀ THƠ, HỌA SĨ, MÀ TÔI BIẾT! (TRÍCH)

[...]

Nếu cần hình dung về anh, tôi có thể vẽ anh như thế này: thẳng thắn, mạnh mẽ, hào phóng, nghị lực, trào phúng, khôi hài, thích tự cười nhạo mình và cười nhạo cuộc đời một cách rất thô bạo, đôi lúc, thô tục.

Nhưng chưa hề cười ai cả nhé, ít ra, với tôi, anh là như vậy. Không phê phán, không công kích, không chê bai, dè bỉu ai bao giờ. Có lúc, nghe tôi than phiền này nọ xong, anh cười khà khà (tất nhiên là cười trên trang giấy), rồi buông câu quen thuộc, chuyện nhỏ.

Ở anh, nổi bật là lòng thương cảm. Anh dễ bị xúc động, nhất là khi hồi tưởng đến các kỷ niệm xưa, đặc biệt, với nhà văn Mai Thảo và Trần Vũ. Anh vanh vách, thuộc lòng từ tính nết đến cuộc đời làm văn chương của các bạn văn đồng lứa hoặc lớn, nhỏ hơn anh một ít. Khi nhắc về họ, anh nhắc về tài năng, về những lưu dấu ngậm ngùi khi còn ở Việt Nam trong những ngày lửa đạn, những ngày mù mờ, tăm tối chuyển giao và những ngày lầm lũi, buồn thiu, trên đất khách quê người.

Tôi phục anh lắm. Tôi nể anh nữa. Phục và nể trọng về sự "biết" của anh. Anh biết sống lắm.

Nhưng có phải, càng "biết" bao nhiêu, càng giỏi bao nhiêu, tài hoa càng nhiều bao nhiêu thì phận, thì mệnh, càng đoản bấy nhiêu. Tôi có sai không khi lòng không dưng nghĩ vậy hoài. Hoặc là tôi đã bi quan, yếm thế quá chăng.

[...]

Khánh Trường, nhà văn, nhà thơ, họa sĩ, mà tôi biết là người của hiện thực đam mê, đến cõi này để miệt mài đi tìm cho mình cái đẹp, cái đẹp nguyên sơ nguồn cội và rất mực hồn nhiên.

oOo

V/ KHÁNH TRƯỜNG – HOÀN TẤT CUỘC RONG CHƠI!

Khoảng mười một giờ đêm qua, nhà văn T. N. nhắn tin cho tôi biết, gia đình sẽ quyết định rút ống thở của anh Khánh Trường, sau mười ngày hôn mê sâu, vào Thứ Sáu này, 27.12.2024, lúc 13:00 PM, giờ Cali. Và mười giờ sáng nay, nhà văn Vu H Nguyen, sau khi gặp chị Oanh, cũng nhắn tin cho tôi hệt thế. Tôi đọc xong, rất khó khăn mới có thể trả lời, dù biết sự ra đi của anh ấy, trước sau, sớm muộn gì, cũng sẽ đến, và đó là lẽ đương nhiên, nhưng với những người mình thương quý, sao vẫn nghe nhói nơi tim.

Đau lòng quá.

Anh ước sẽ về nước trời, nơi cực lạc, nơi không còn nỗi thống khổ, hay anh mong sẽ tái sinh vào kiếp sau, tiếp tục làm thân người, hả anh Khánh Trường?

Nếu làm thân người, mong anh thôi không còn sinh ra ở một đất nước: triền miên chia ly, nước mắt; triền miên chiến tranh, bom đạn, hận thù; triền miên đói khổ, buồn lo.

Nếu làm thân người, chúc anh lại một lần nữa cầm cọ, cầm viết, nhưng thôi, không bệnh tật, nhưng thôi, không viễn xứ.

Kiếp sau, đời thiệt vui, anh nhé.

Anh đi thong thả. Thong thả như vừa hoàn tất một cuộc rong chơi, cuộc rong chơi kéo dài bảy mươi bảy năm. Chiều tàn rồi, hoàng hôn tắt rồi, chân mỏi rồi, về nhà, nghỉ ngơi thôi.

Mười năm làm bạn văn với anh, Mây chẳng gì hối tiếc.

Thương quý và nhớ về anh mãi mãi, anh Khánh Trường ơi!

Phạm Hiền Mây

Sài Gòn, 27.12.2024

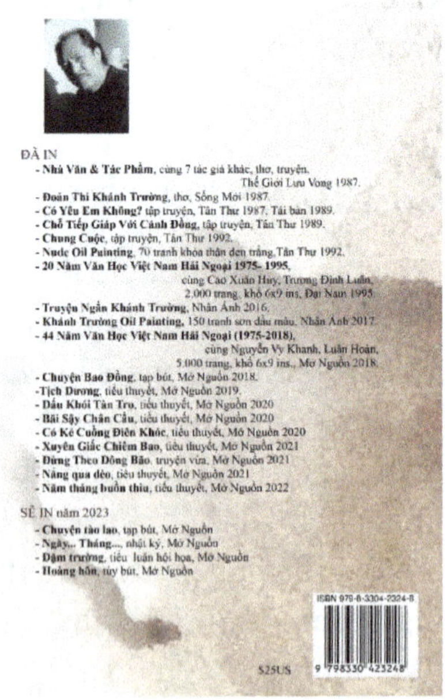

PHẠM QUỐC BẢO

NGHE TIN BẠN TỰ NHỦ

Mười năm qua trông bạn sao phơi phới
Ngó sơ mà tôi cũng phải phát thèm:
Cuộc đời này đã chín muồi tân khổ
Vậy sống sao cho nhẹ gánh ưu phiền.
Tử sinh này giấc cô miên
Trước sau một bước chẳng thiên vị nào..../.

PHAN TẤN HẢI

Từ biệt Khánh Trường:
Hãy Bước Đi Như Chuyện Cổ Tích

PHỤC SINH II (RESURRECTION II) # 4 – 1 trong 4 bức của bộ tranh cuối cùng họa sĩ Khánh Trường vẽ vào tháng 9/2024.

Bạn hãy giữ lòng cho thật vui để ra đi. Trang sách cuối của Hợp Lưu bây giờ đã khép lại. Tay của bạn đã thả rơi ngòi bút và cọ màu. Bạn đã nằm xuống sau một đời lặn lội. Hãy gối đầu lên những kệ sách ký ức. Đã tới lúc bạn hãy buông xả hết, để tự thấy đời mình trôi theo dòng sông chữ nghĩa, nơi đã chép xuống những gì đẹp nhất của thế hệ chúng ta.

Bạn hãy giữ lòng cho thật vui để ra đi. Cuộc đời luôn luôn là những bước ra đi. Bạn không có gì để nuối tiếc trong đời này. Bạn đã tự vắt kiệt máu trong tim ra để làm sơn cho tranh vẽ và để làm mực cho những trang báo. Nơi đó là ước mơ của yêu thương và hòa giải. Nơi đó là sự ngây thơ nghệ sĩ mà chúng ta đã đem tặng cho đời.

Bạn hãy giữ lòng cho thật vui để ra đi. Hãy nghiêng đầu vào giấc ngủ sau nhiều ngàn ngày sáng tác cho đời. Hãy buông tay vì không còn gì cần níu giữ. Hãy bay theo giấc mơ như cánh buồm căng gió ra biển lớn. Nơi đó. Nơi biển lớn, nơi hòa nhập của những dòng sông, nơi biển lớn đã hợp lưu các dòng đông tây nam bắc, nơi nước chỉ thuần một niềm vui hòa nhập vào nhau. Ngày mai và muôn đời sau, sẽ không còn như những gập ghềnh quá khứ.

Bạn hãy giữ lòng cho thật vui để ra đi. Lịch sử mà bạn và tôi đã bị cuốn trôi vào, vốn đã có sẵn muôn đời những gì không ai hiểu được, nhưng thế hệ chúng ta đã sống tận lực với những từ bi đau đớn. Nước mắt của nhiều ngàn ngày thao thức đã chép lên các trang giấy. Không có gì cần đọc lại. Không có gì cần nhìn lại sau lưng. Bởi vì sau Hợp Lưu, người ta sẽ không suy nghĩ như trước nữa.

Bạn hãy giữ lòng cho thật vui để ra đi. Máu trong tim chúng ta đã trút cạn cho đời rồi. Lịch sử là dòng lưu chảy không ngừng, nơi đó từng người chúng ta và tất cả mọi người trong cõi này, đều đã là một phần của lịch sử. Chúng ta đã ngồi miệt mài chép lên giấy dưới ánh nến trong đêm, với hy vọng thế hệ sau sẽ có mặt trời yêu thương mọc lên, nơi không còn ai thắc mắc về bóng tối hôm qua.

Bạn hãy giữ lòng cho thật vui để ra đi. Chúng ta có lúc cũng đã từng làm những chuyện rất vụng về, đầy những lỗi lầm, bên cạnh những từ bi và hy vọng. Những gì đã xảy ra đều không níu kéo được nữa. Đã tới lúc hãy tự thấy đời mình trôi vào quá khứ, nơi tan biến tất cả những vui và buồn, những được và mất. Với lòng thiết tha yêu thương cõi này, bạn đã làm những gì đẹp nhất bạn có thể làm.

Bạn hãy giữ lòng cho thật vui để ra đi. Bạn đã trở thành chiếc cầu nối, vượt qua rất nhiều dòng sông ngăn cách. Bạn đã đứng giữa những trận mưa đá, và nói giễu về lời tôi nói rằng theo đúng kinh điển thì mưa đá sẽ biến thành mưa hoa. Vâng, đó là chuyện cổ tích. Và bạn và tôi, và rất nhiều văn nghệ sĩ khác đã cùng bước ra giữa những trận mưa đá, để cùng kể chuyện cổ tích cho dân mình.

Bạn hãy giữ lòng cho thật vui để ra đi. Để bước đi như trong chuyện cổ tích.

Phan Tấn Hải

Cùng thổi ngọn nến sinh nhật Khánh Trường ngày 7 tháng 4 năm 2024 tại Huế Ơi, Westminster, CA. Từ trái: Thu Oanh, Hòa Bình, Khánh Trường, Phan Tấn Hải và vợ, Bùi Lê Dung. Ảnh: Việt Báo.

SONG THAO

Ôi Khánh Trường!

Tôi đặt bút bắt đầu viết bài này vào chiều ngày vọng Giáng Sinh. Khánh Trường vẫn đang hôn mê trong nhà thương từ hơn tuần nay. Chàng vẫn còn đang bám vào cõi ta bà này.

Trận đấu giữa Khánh Trường và anh Thần Chết đã qua tới phút 89. Phần thắng nghiêng hẳn về anh thần trang bị bằng chiếc lưỡi hái. Cô cháu Hòa Bình nhắn tin cho tôi vào lúc 3 giờ 45 phút chiều ngày 24/12/2024, giờ Montreal: "Chú vẫn không tỉnh. Chắc gia đình sẽ rút ống *soon*". Vậy là tên thần vênh váo chuyên bắt người đang ở thế thượng phong. Tôi phôn cho Thành Tôn bên Cali. Anh không biết chi. Anh cho biết sẽ tìm cách tới thăm Khánh Trường. Sáu giờ chiều, Lê Hân phôn cho biết đang ở nhà thương nhưng chưa tìm thấy phòng của Khánh Trường. Hân hỏi tôi tên thật của Khánh Trường để nhân viên tìm giùm. Tôi quớ. Từ trước tới giờ chỉ biết Khánh Trường, đâu có bao giờ nhớ tới cái tên cúng cơm của chàng. Vội lục cuốn "Tác Giả Việt Nam" của Luân Hoán ra tìm. Hóa ra chàng rất thành thật, bút hiệu cũng là tên thật: Nguyễn Khánh Trường. Một chặp sau Hân *mail* lại: vẫn không tìm ra, không biết có lộn nhà thương không. Thôi để ngày mai.

Ngày mai tức ngày Chúa sanh ra đời. Có một người đi ngược lại con đường của Chúa. Hòa Bình nhắn cho biết: "Sáng mai tụi cháu sẽ đưa các thầy Tây Tạng vào đọc kinh cho chú. Rồi sau đó chị Oanh *ready* để bác sĩ rút ống khi nào xong thủ tục". Vài phút sau Hòa Bình nhắn tin tiếp: "Buồn quá chú ơi!". Các bạn Thành Tôn, Lê Hân, Cung Tích Biền chắc sẽ có mặt ở phút 90 này. Trận đấu kết thúc.

Khánh Trường vốn dân Nhảy Dù, chiến đấu tới cùng, dù phải tham chiến trong thế yếu. Anh có đủ lý do để thua. Ba lần tai biến trong ba năm liền, từ 2001 đến 2003, không tính những lần bị nhẹ. Suy tim, loét bao tử, ung thư cuống họng và nhiều món ăn chơi khác. Ông bạn mới thân thiết của chàng là chiếc xe lăn. Nhà thơ Phạm Hiền Mây, thân tình nhưng chưa bao giờ gặp mặt, đã ngưỡng mộ: *"Chà! Bệnh lung tung, ra vô nhà thương như cơm bữa. Anh sống đến bi chừ, chính anh còn thấy lạ. Mấy tay bác sĩ điều trị cho anh cũng lắc đầu... Một tuần ra vô bệnh viện tới ba lần để lọc máu. Trên người không còn chỗ nào không có kim đâm. Chưa kể, nhiều lúc bị kháng thuốc, ói mửa. Chưa kể, những lần té lên té xuống, trong phòng ngủ, ngoài phòng khách, ngay cả trong phòng tắm. Đủ thứ gian nan. Đủ thứ vất vả". Ngô Thế Vinh bảo: "Y khoa phải xét lại". Lần anh loét bao tử, máu ra nhiều, chỉ còn 10/4, Ngô Thế Vinh nói: "Bình thường như vậy, nếu còn thở thì não đã chết, sẽ sống thực vật, vậy mà anh vẫn tỉnh queo, trí óc vẫn minh mẫn, có khi còn sáng hơn. Kỳ chưa? Chuyện khó tin nhưng có thiệt. Đúng là phép lạ".*

Một tay đại lý bệnh tật như vậy nhưng vẫn ngáp ngáp sống. Nhà phê bình Nguyễn Hưng Quốc nhướng mắt: *"Tay Khánh Trường này thật kỳ vĩ, bệnh hoạn như vậy mà vẫn viết được nhiều và hay. Đúng là một trường hợp hiếm có trong sinh hoạt văn học ở hải ngoại".*

Tay này thiệt coi tật bệnh như pha. Không ham sống nhưng vẫn muốn sống. Sống để nhả tơ. Trong bài tựa cuốn "Cùng Nhau Đất Trời", Phạm Hiền Mây viết: *"Tôi ghẹo ảnh, hay là đặt tên cuốn truyện này là "Cuốn Tiểu Thuyết Cuối Cùng" đi, cho hấp dẫn, cho thu hút, cho gợi óc tò mò, cho đặc biệt, cho xúc động bà con chơi. Khánh Trường cười ha hả một tràng dài, chắc nịch, chưa đâu, phải thêm hai, ba cuốn nữa rồi anh mới chịu ngỏm củ tỏi".* Gia tài văn học của anh, ngoài không biết bao nhiêu tranh, ngoài tờ Hợp Lưu, còn các tác phẩm viết sau ngày khốn khó: Truyện ngắn Khánh Trường (2016), Chuyện Bao Đồng (tạp bút, 2018) và các tiểu thuyết: Tịch Dương (2019), Dấu Khói Tàn Tro (2020), Bãi Sậy Chân Cầu (2020), Có Kẻ Cuồng Điên Khóc (2020), Xuyên Giấc Chiêm Bao (2021), Đừng Theo Dông Bão (2021), Nắng Qua Đèo (2021), Năm Tháng Buồn Thiu (2023), Cùng Nhau Đất Trời (2024) và cuối cùng là tập Thơ Khánh Trường (2024). Cần kể thêm cuốn truyện vừa "Phỉnh" chưa kịp in. Tuy nhiên Khánh Trường đã vẽ bìa cho cuốn này. Ông thần bìa mà!

Tôi và Khánh Trường thường bắn tin nhắn cho nhau. Lúc thì chàng chán sống, muốn đứt bóng cho rồi. Lâu lâu buồn gửi *message* cho tôi càm ràm chút đỉnh. Tôi nhắn lại thổi cho chàng lên tinh thần. Đại loại như ngày 6/10/2023, tôi viết: *"Còn chán đời không? Ngài coi cuộc đời như con củ xê thì để ý tới nó làm chi. Cứ coi như pha".* Ngày 4/8/2024, chàng *message*: "Chán bỏ bu, tay càng ngày càng lọng cọng vẽ mãi không được, tức muốn khùng!". Có *message* chàng xụi lơ: "Vừa lọc máu về, mệt tắt thở!". Trên Facebook ngày 6/7 năm nay chàng *post*: "Tui ghét than thở, chả ra thể thống chi. Nhưng mà tay trái mỗi tuần 6 mũi kim to tổ chảng lụi vào, đã ngót mười năm, hàng nghìn mũi, giờ càng ngày càng tệ, tối trăn qua trở lại, tê cứng, nhức bạo, ngủ hổng yên. Ban ngày thèm làm việc, khổ nỗi ngồi vào bàn, gõ được vài dòng là cánh tay đau buốt, phải bỏ đi nằm. Chán!!!!!!!!!".

Nhưng mệt thì mệt, gặp chuyện bất bình lại dở thói Django. Năm rồi, nhân một anh bạn văn thân tình nằm xuống, tôi có viết một bài tưởng nhớ. Gia đình không vui vì một đoạn tôi viết tình thực. Họ làm dữ, đòi kiện về tội phỉ báng. Vì thương cảm bạn đã bất ngờ xuôi tay, tôi nín nhịn cho qua chuyện. Không biết vì sao Khánh Trường biết chuyện, anh tức khí nhắn tin cho tôi: "Nghe bạn bị tai nạn rất ruồi bu về một bài viết cho bạn bè, bạn gửi tôi bài viết và mọi sự kiện liên quan, tôi sẽ viết bài quạt lại. Rất bực!". Tôi phải vuốt nhẹ ông Trương Phi đang mặt đỏ phừng phừng cho qua chuyện.

Khánh Trường ba đầu sáu tay từ ngày còn khỏe như vâm tới khi bị bệnh tật hành cho tá hỏa vẫn tỉnh queo đường ta ta cứ đi. Khi còn tờ Hợp Lưu anh đã ngang nhiên theo con đường đã vạch để giữ vững tay chèo. Khi tài chánh kiệt quệ, anh không ngần ngại đội danh Tống Ngọc viết cuốn truyện dâm tình "Qua Khe Hở" kiếm vài chục ngàn nuôi tờ báo văn học có lối trình bày thiệt mát mắt. Vậy mà tờ báo khỏe mạnh được tới 82 số trong hơn 13 năm. Khi liệt người, ngồi xe lăn, tay hầu như bất khiển dụng, vẫn anh dũng đánh *computer* bằng một ngón trật vuột, vẽ bằng cây cọ cột vào tay. Mặc, đường ta ta cứ đi. Khiếm khuyết thân thể tuy có lúc làm chàng chán nản nhưng nhất định không quy hàng. Tháng 4 năm nay, chàng giở giói, ra một tập thơ rất bề thế. Đã chắc tay trong họa, trong văn, thơ chàng cũng ra trò.

Sáng nay nhìn giọt sương hồng
đậu trên một ngọn cỏ bồng đong đưa
hỏi lòng này đã vừa chưa
cái ta mãn cuộc dư thừa sân si?

Chàng nhắn tin: "Không ngờ tui võ vẽ thơ thẩn vẫn có nhiều bạn văn OK. Cũng lạ". Lạ hơn là khi tập thơ được ra mắt tại nhà sách Tự Lực, số người tham dự đông đảo, chàng mặt mày tươi rói vui như tết. Vui hơn nữa là thơ dắt tranh của Khánh Trường đi một đoạn đường vui. Số là trong buổi ra mắt thơ, một số tranh được mang ra treo để trang trí. Tưởng tranh chỉ đóng vai trò khiêm nhường làm vui mắt nhưng nhiều người có mặt đã muốn thỉnh tranh về. Cuộc bán đấu giá bột phát. Tranh đi cái vèo đem về cho tác giả một số tiền không nhỏ. Tưởng vậy là xong nhưng chuyện này dắt díu chuyện kia, tranh còn đọng tại nhà cũng có người tới thỉnh đi hết. Chàng lại *message* cho tôi: "Nhờ buổi ra mắt sách, qua Hòa Bình và Đinh Quang Anh Thái, tôi bán được một số tranh. Từ lúc cầm cọ tới nay, gần 60 năm, lần đầu tiên tôi bán được tranh với số tiền... không tưởng như thế. Coi như hết sạch tranh lâu nay mốc meo trong nhà kho. Nghĩ, già còn hấp lực quá mạng". Chàng cho tôi biết số tiền. Đúng là... không tưởng!

Số tranh đó, tôi đã được hưởng ké. Ngồi đếm lại số sách trên kệ, tôi thấy có tới 28 cuốn bìa Khánh Trường. Giao tình của tôi với anh dính khá nhiều tới bìa sách của tôi. Khánh Trường không đợi tôi. Tôi cũng không đợi anh. Nhiều khi bất ngờ, anh nhắn tin: "Cần bìa sách chưa? 30 giây!". Tôi biết anh chẳng mần một cái bìa mỹ thuật như vậy trong 30 giây nhưng anh như cố làm nhẹ công khó của anh. Anh luôn dành cho tôi những ưu ái nhất bằng cách dùng những tranh anh mới hoàn thành. Tháng 9 vừa qua, anh có trò mới: vẽ chung một bức tranh với họa sĩ Ann Phong. Anh rất thích bức tranh phải hai người mới hoàn tất này. Anh dùng tranh làm bìa cho tôi ngay tuy tôi chưa cần. Tôi để đó. Khi nhận được cuốn tiểu thuyết "Cùng Nhau Đất Trời" của anh, tôi thấy bìa y chang bức tranh anh đã dùng cho tôi. *Message* cho anh biết. Anh trả lời ngay: "Xin lỗi, tôi quên. Sẽ có ngay bìa mới trong 40 bức đang vẽ cho triển lãm Phục Sinh 2. Đẹp không kém". Hơn 30 giây sau, anh gửi cái bìa mới với lời nhắn: "Nhất ngài, tranh đầu tiên của loạt tranh này dành cho ngài". Vậy là cuốn Phiếm 32 có cái bìa của bức tranh mới ra lò. Sách in xong, anh nhận được, nhắn tin: "Đã nhận Phiếm 32 do Thành Tôn chuyển. Đẹp! Bao giờ cần bìa cho Phiếm 33 cho tôi biết. 30 giây!". Tôi ỡm ờ: "Lúc nào ngài có 30 giây thì cho tôi xin. *Merci*!". Cũng phải hơn 30 giây sau, tôi nhận được bìa. Cũng một bức tranh mới toanh. Và còn treo đó. Tôi chưa viết xong. Mai mốt, khi cuốn Phiếm 33 được in, sách sẽ có một cái bìa... mồ côi!

Lê Hân *mail* cho biết đã tìm được phòng Khánh Trường. Tên trong nơi chốn ngụ cư chót của chàng không phải là cái tên cúng cơm Nguyễn Khánh Trường. Là Alex Nguyen! Cái tên xa xứ. Chàng nằm bất động, nhỏ thó như một sinh vật tội nghiệp bị treo giữa hai cõi. Nhìn hình chàng nằm, buồn vô hạn, mở cuốn "Thơ Khánh Trường", nhặt được một bài thơ.

Đèn lu, ngõ vắng, thân gầy
đông hàn sương giá trùng vây bốn bề
một mình đối bóng sầu tê
quán khuya, rượu cạn, nẻo về lạnh căm.

Song Thao
12/2024
Website: www.songthao.com

Khánh Trường & Ann Phong

Khánh Trường tại bàn làm việc

Khánh Trường và phu nhân

Khánh Trường trong những ngày còn khỏe

Khánh Trường trong những ngày còn khỏe

Khánh Trường trong những ngày còn khỏe

Khánh Trường trong những ngày còn khỏe

Khánh Trường trong những ngày còn khỏe

Khánh Trường trong những ngày còn khỏe

Khánh Trường trong những ngày còn khỏe

Ann Phong & Khánh Trường đang vẽ chung bức "Đuổi Bắt"

Khánh Trường trong những ngày còn khỏe

Khánh Trường thời đi lính

Sách Song Thao tại nhà Khánh Trường

Họa sĩ Khánh Trường – nhà phê bình Bùi Vĩnh Phúc – Song Thao (Westminster, California, 1996)

Họa sĩ Khánh Trường và Song Thao (Santa Ana, 02/2018)

Bìa sách chưa in, người đã biền biệt.

THẬN NHIÊN
CHỜ TIN RÚT ỐNG THỞ

Tranh Khánh Trường

(Gởi theo KT)

giờ thì hết nhậu
hết chửi thề
hết bạt mạng
hết bù khú
hết yêu đương
hết vẽ
hết thơ
hết văn chương
hết hết

giờ thì
thở là gió
thổi đâu thì thổi
lắng nghe, lắng nghe
làm sao biết đi về nơi đâu
làm sao biết hết những bí mật
mặt trời mọc lên
mặt trời chìm xuống
lặng lẽ hy vọng
lặng lẽ tuyệt vọng
bên kia là mông quạnh
bên kia là tro bụi
cái kỳ vĩ nhất cũng chỉ chuyện giỡn chơi
còn nói gì nữa không
nói hết rồi
thôi, nằm xuống

Thận Nhiên

THỤY KHUÊ

KHÁNH TRƯỜNG (1948-2024)

Khánh Trường, tháng 5-1990, trong phòng tranh tại nhà

Đôi dòng tiểu sử

Họa sĩ, nhà văn, nhà báo, Khánh Trường tên thật là Nguyễn Khánh Trường, sinh ngày 8-4-1948, tại xã Khánh Thọ, huyện Tam Kỳ, tỉnh Quảng Nam. Chính quán Nam Định. Qua đời ngày 29-12-2024 tại Fountain Valley, California, Hoa Kỳ.

Bút hiệu khác: Kim Thi, Nguyễn Thị Giáng Châu. Năm sinh đích thực là 1947, Khánh Trường chào đời khi cha mẹ chạy tản cư, không nhớ rõ ngày tháng, khi đi học, mới làm giấy khai sinh, ghi ngày 8-4-1948. Con ông Nguyễn Viết Hậu (1913-1986), họa sĩ, quê Nam Định và bà Hà Thị Chân (1920-1953) quê Lai Châu. Khánh Trường là anh cả của ba người em: Nguyễn Thị Minh Thi, Nguyễn Khánh Thọ (đã qua đời), Nguyễn Khánh Thịnh, hiện sống tại Đà Nẵng.

Từ 1953 đến 1959, Khánh Trường học tiểu học tại xã Hải Châu (Đà Nẵng). Năm 1960, vào trung học Phan Thanh Giản (Đà Nẵng); bốn năm sau, bỏ học, đi giang hồ, lưu lạc khắp miền Nam Việt Nam. Năm 1968, đi lính, vào binh chủng nhảy dù trong Quân Lực Việt Nam Cộng Hòa. Năm 1973, bị thương được giải ngũ. 1986, vượt biển sang Phi Luật Tân. 1987 định cư tại California.

Năm 1970 Khánh Trường gặp Bùi Dương Thanh Lê, sinh viên Văn khoa, tại Sài Gòn, sống chung, có ba con: Nguyễn Khánh Tùng (1972), Nguyễn Minh Tân (1973) và Nguyễn Thị Giáng Châu (1975). Năm 1984, sinh con gái Nguyễn Thị Khánh Ly với Huỳnh Thị Ngọc Yến. Năm 1987, gặp Thạch Thu Oanh tại trại tị nạn, sống chung đến ngày nay, sinh con gái Nguyễn Khánh An (1990)[1].

Khánh Trường là họa sĩ tự học. Đã triển lãm cá nhân và tập thể tại Việt Nam, Mã Lai, Phi Luật Tân, Pháp, Đức, Mỹ. Đã trình bày nhiều bìa sách cho các nhà xuất bản ở hải ngoại: Sống Mới, Xuân Thu, Đại Nam, Văn Nghệ, Văn Mới...

---

1 Đó là tài liệu do tôi nhờ Khánh Trường soạn và gửi cho tôi năm 2018 để làm Từ Điển Văn Học. Trên cáo phó, có thêm tên hai người con gái nữa, là Trường Hảo và Trường Mỹ, con riêng của chị Thạch Thu Oanh. TK.

Khánh Trường sáng lập, điều hành, chủ biên tập san văn học nghệ thuật biên khảo Hợp Lưu. Số 1 ra tháng 10-1991, trực tiếp trông coi từ 1991 đến 2002. Sau hơn mười năm làm việc cật lực, tới số 66 (tháng 8-9/2002), Khánh Trường bị bạo bệnh (ba lần tai biến mạch máu não và bị ung thư thực quản), phải giao tờ báo lại cho Đặng Hiền.

Tác phẩm đã xuất bản: Thơ: *Đoản Thi Khánh Trường* (Sống Mới, Hoa Kỳ, 1987). Truyện ngắn: *Có Yêu Em Không?* (Tân Thư, 1990, tái bản 1997), *Chỗ Tiếp Giáp Với Cánh Đồng* (Tân Thư, 1991), *Chung Cuộc* (Tân Thư, 1997), *Truyện Ngắn Khánh Trường* (2 tập) (Nhân Ảnh, 2016). Tuyển tập: *20 Năm Văn Học Việt Nam Hải Ngoại 1975-1995*, soạn chung với Trương Đình Luân, Cao Xuân Huy (Đại Nam, 1995). *Tác Giả, Tác Phẩm*, viết chung với nhiều tác giả khác (Thế Giới Lưu Vong, 1988). Hội họa: *Khanh Truong Oil Paintings*, sách tranh (Nhân Ảnh, 2018).

Khánh Trường viết về mình: « *sinh ra, lớn lên, đi học, đi giang hồ, đi làm... du dãng (...) Nghề chính: không có. Nghề phụ: thập cẩm. Một cuộc đời trôi nổi hư hỏng và tầm thường, nhợt nhạt đến chính chủ nhân cũng phải thở dài !* »[2]. Một « nhận định » về mình như thế, hiếm và lạ. Con người « tầm thường, nhợt nhạt » và vũ bão này, có những câu thơ thâm trầm, sâu lắng:

« Đá cao vách dựng im ngồi
Nghe thinh không vọng mấy hồi chuông xưa
Tay run đốt mẩu thuốc thừa
Khói bay hồn đẳng nửa trưa ngậm ngùi ».

Khánh Trường bắt đầu cuộc đời nghệ sĩ bằng thơ: cô đơn, tha thiết trong thơ. Đa tài. Rồi Khánh Trường vẽ, viết văn. Nhưng trước hết phải kể tới Khánh Trường của Hợp Lưu.

2 *Chung Cuộc*, Khánh Trường, Nxb Tân Thư, 1997, trang 170.

Từ trái sang: Lê Tất Luyện, Mai Thảo, Thụy Khuê, Khánh Trường, tháng 5/1990

Khánh Trường sáng lập Hợp Lưu

Tháng 5 năm 1990, chúng tôi sang Quận Cam, nhà văn Mai Thảo dẫn đến thăm và giới thiệu với một họa sĩ, mà chúng tôi chưa quen: Khánh Trường. Mai Thảo cho biết Khánh Trường dự định ra một tập san văn học, đăng những tác phẩm ở trong và ngoài nước, và cần được giúp đỡ. Đó chính là Mai Thảo: ông ghét cộng sản, vì cái chết của Vũ Hoàng Chương và bản thân ông bị truy lùng trong gần hai năm, trước khi vượt biển, thoát. Ông không đọc tác phẩm trong nước, nhưng «đứa nào» làm chuyện hòa giải, giao lưu, ông ủng hộ; «đứa nào» bị đánh, ông tận tình bênh vực và giúp đỡ. Ở Mai Thảo là hai chữ *Tự do* đúng nghĩa mà nhiều người Việt không hiểu, dù họ sang Mỹ để tìm «tự do». Bên cạnh Mai Thảo, Nhật Tiến cũng công khai ủng hộ Khánh Trường. Lập trường giao lưu của Nhật Tiến ai cũng rõ. Đó là hai nhà văn đàn anh, đứng đằng sau Hợp Lưu, trụ đỡ Khánh Trường trong những ngày sóng gió. Phía chống Hợp

Lưu, cũng không thiếu những cây đa cây đề. Mai Thảo sang Paris cùng với Khánh Trường, để ra mắt Hợp Lưu số 1.

Hợp Lưu số 1, ra đời tháng 10-1991. Chủ biên Khánh Trường viết:

«Hợp Lưu mở rộng cửa đón nhận những sáng tác mới. Chúng tôi sẽ phá vỡ mọi biên cương, mọi định kiến, mọi ràng buộc, mọi điều «cấm kỵ», cập nhật và theo kịp, theo sát những trào lưu mới của văn hóa nhân loại»[3]

Nói thì ngông vậy, nhưng Hợp Lưu số 1 còn nghèo, phần lớn đăng lại những bài viết của các tác giả trong nước mà Khánh Trường ẩu, không xin phép hoặc không thể xin phép. Tuy nhiên cũng có hai bài mới: *Những bông cẩm chướng dại* của Trần Vũ, với một bút pháp khác với những truyện ngắn đầu tay, và *Những bàn tay trên cao*, báo hiệu tính cách thiền sư của Phan Tấn Hải.

Trong ba số đầu, một mình Khánh Trường làm chủ biên, nghĩa là xoay xở, vừa xin bài, vừa đánh máy, xin tiền in và mua tem gửi đi. Có hai khuôn mặt Mạnh Thường Quân nổi trội: Đỗ Kh. và Trương Vũ.

Từ số 4 (tháng 4-1992), thêm Phạm Việt Cường, Tổng thư ký, Phan Tấn Hải, trị sự. Phạm Việt Cường làm được 4 số thì bỏ. Kể từ số 8 (Xuân Quý Dậu, 1993, số đặc biệt Văn Cao), chỉ còn Khánh Trường và Phan Tấn Hải điều hành tờ Hợp Lưu trong 4 năm, từ 1993 đến 1997. Kể từ số 36 (tháng 8-9/1997) Phan Tấn Hải bận việc rút ra, chỉ còn lại Khánh Trường.

Tới số 66 (tháng 8 và 9 năm 2002), Khánh Trường, vì lý do sức khỏe như đã nói ở trên, trao Hợp Lưu lại cho Đặng Hiền, có Trần Vũ ở Paris giúp đỡ, nhưng trên trang đầu, vẫn ghi tên Khánh Trường, chủ nhiệm, Phùng Nguyễn, chủ bút, Đặng Hiền, tổng thư ký[4].

---

3 *Thư tòa soạn*, Khánh Trường, Hợp Lưu số 1, trang 3.

4 Được 4 số: 66, 67, 68, 69 thì Phùng Nguyễn rút tên, chỉ còn lại Đặng Hiền.

Thực sự Trần Vũ đã bắt tay vào việc từ số 67 (tháng 10-11/2002), nhưng đến số 77 (tháng 6-7/ 2004) mới chính thức đứng tên chủ biên. Đặng Hiền vẫn làm tổng thư ký.

Hợp Lưu số 67, là một bước ngoặt. Để đánh dấu chặng đường 12 năm hoạt động của Hợp Lưu với Khánh Trường, Trần Vũ viết bài *Trang tôn kinh huyền hoặc hậu hiện đại,* ghi lại rất chi tiết hành trình của Hợp Lưu trong bối cảnh xã hội và chính trị của cộng đồng người Việt hải ngoại thập niên 1990-2000. Cực kỳ khó khăn nhưng thành quả rõ rệt: Sau 12 năm hoạt động, Hợp Lưu đã kết hợp được hầu hết những nhà văn không thành kiến trong và ngoài nước, trên cùng một diễn đàn. Bài viết kỷ niệm 12 năm Hợp Lưu của Trần Vũ[5], trừ vài sai sót nhỏ, là một tài liệu đáng tin cậy cho những người viết văn học sử sau này. Phần chính của bài này được trích dẫn in trên mạng Văn Việt, địa chỉ:
https://vanviet.info/tu-lieu/12-nam-tap-ch-hop-luu/

HL số 67, trong bài «*Khinh binh số một và ngón tay thứ sáu*»[6] Đỗ Kh. đưa ra mấy điểm đáng chú ý:
- Khánh Trường là *Khinh binh số 1. Văn học hải ngoại* trong có Hợp Lưu là *ngón tay thứ sáu.*
- Người ta phê bình: «*mày giao lưu chỉ có một chiều, mày đăng bài trong nước mà trong nước nó có đăng bài mày đâu?*»
- Thành quả: *quy tụ được ở trên diễn đàn này một lực lượng văn học mới ở hải ngoại, dò dẫm mà tiến sau lưng khinh binh số 1 Khánh Trường. Nhưng lớn hơn nữa, là tờ tạp chí đã nhận dạng và phản ánh đúng đắn văn học Việt Nam trong thập niên vừa qua, ở một vị trí độc lập và ít bị chi phối hơn những tạp chí văn học trong nước (hay những tạp chí văn học khác ở bên ngoài).*

---

5 *Trang tôn kinh huyền hoặc hậu hiện đại,* Trần Vũ, HL số 67, tháng 10-11/ 2002, trang 23-60.

6 *Khinh binh số một và ngón tay thứ sáu,* Đỗ Kh., HL số 67, tháng 10-11/ 2002, trang 61-64.

- Kết quả: *Nhờ Khánh Trường, chúng tôi (trở lại tập thể «những người viết ở nước ngoài sau 75») khi nhìn lại 12 năm cũng đã có một quá khứ của chính mình...».*

HL số 67, Phạm Xuân Nguyên, từ trong nước, đặt câu hỏi: *Hợp Lưu là gì?* Và tự trả lời:

«Đối với lắm người ta trong nước. Báo chí văn chương người Việt hải ngoại cơ hồ chỉ như là Hợp Lưu. Nó in dày trang. Nó gáy bề thế. Nó vẻ sang trọng. Nó được nhắc đến luôn. Một số tờ khác ra trước nó nhưng không mấy vang động đến trong nước, chỉ biệt lập và khuôn lại ở phạm vi hải ngoại...

Đối với lắm người ta trong nước, văn chương người Việt hải ngoại cơ hồ như chỉ là văn chương Hợp Lưu. Đọc nó gặp đủ mặt người viết khắp Mỹ Âu Úc, thấy đủ tâm tính giọng điệu văn chương, của những người xa nước đã lâu hay vừa rời nước, nếm đủ vị thanh đục tục phàm của mọi thi thố văn chương tự do bày tỏ thể hiện...

Đối với lắm người ta trong nước. Hợp Lưu là một sân chơi vừa vui vừa sợ. Có khi họ tự vào chơi. Có khi họ bị kéo vào. Trước còn e dè phấp phỏng ngó trước trông sau sợ còi thổi, cờ phất... »[7]
Tóm tắt «tình hình» như thế, không thể nào... chính xác hơn.

Số 68 (12/2002 và 1/2003) và số 69 (tháng 2 và 3/2003), Trần Vũ tổ chức *Chủ đề Yêu*, Phạm Xuân Nguyên «*hưởng ứng, chuyển lời mời tham dự đến toàn quốc*».

Chủ đề Yêu đánh dấu sự kiện nhà văn trong và ngoài nước viết chung một đề tài, với 26 tác giả:

Hợp Lưu số 68, với: Đỗ Kh., Phạm Hải Anh, Nguyễn Thị Minh Ngọc, Mai Ninh, Nam Dao, Trần Thị NgH., Nguyễn Thị Hoàng Bắc, Nguyễn Thị Thu Huệ, Lê Minh Hà, Dã Tượng[8] và Trần Vũ.
Hợp Lưu số 69 với: Đặng Thơ Thơ, Phan Huyền Thư, Nguyễn Hòa Trước, Thuận, Trần Tiễn Cao Đăng, Miêng, Nguyễn Quang Lập,

---

7 *Hợp Lưu là gì?* Phạm Xuân Nguyên, HL số 67, tháng 10-11/ 2002, trang 65.
8 Dã Tượng là bút hiệu khác của Nam Dao.

Nguyễn Thị Ngọc Nhung, Hồ Đình Nghiêm, Nguyễn Thị Ngọc Lan, Lệ Hằng, Trân Sa, Thùy Dương, Phùng Nguyễn, Trần Mộng Tú và Nguyễn Thị Thanh Bình (HL số 70).

Bài mở *Chủ đề* của Trần Vũ (HL 68) và bài đóng *Chủ đề* của Trương Vũ (HL 69), tổng kết nội dung tất cả các tác phẩm đóng góp, chứng tỏ sự vững mạnh và đa dạng của Hợp Lưu, sau 12 năm hiện diện.

Từ khi Trần Vũ thay Khánh Trường làm chủ biên, Đặng Hiền, tổng thư ký, Hợp Lưu đã thay đổi rất nhiều: trẻ trung và xông xáo hơn. Một tài năng lớn chưa được trong nước nhận diện là Nguyễn Bình Phương, được giới thiệu trên Hợp Lưu, trở thành hiện tượng văn học. Thời kỳ này, có hai nhà văn đầy triển vọng: Đặng Thơ Thơ và Đỗ Hoàng Diệu. Vi Thùy Linh xác định vị trí thi ca của mình.

Có thể nói, một số nhà văn tuy đã có tác phẩm in ở trong nước như Đỗ Hoàng Diệu, Vi Thùy Linh... nhưng từ khi tác phẩm của họ được giới thiệu trên Hợp Lưu, sự công nhận mới là toàn diện.

Sau ba năm tận tụy làm chủ biên, tìm kiếm những nhân tài mới, tới số 83 (tháng 6-7/2005), Trần Vũ rút tên chủ biên trên báo, Đặng Thơ Thơ cho biết: «Do đó Khánh Trường mới có ý định thay tổng thư ký và thành lập một ban biên tập mới gồm Nguyễn Hương, Mai Ninh, Phạm Thị Ngọc, Đặng Thơ Thơ với Nguyễn Hương làm chủ biên. Nhưng dự định này không thành. Sau đó Hợp Lưu thuộc về Đặng Hiền». Số người viết và người đọc đều đi xuống. Đặng Hiền cầm cự trong mấy năm để giữ vững bản chất của tờ báo, cuối cùng phải đưa Hợp Lưu lên mạng sau số 117, là tờ báo giấy Hợp Lưu cuối cùng (tháng 3/2013). Đặng Hiền là nhà thơ và họa sĩ, ngoài công việc trị sự, còn trình bày bìa báo với những tác phẩm hội họa tuyệt đẹp của chính mình.

Hợp Lưu ra đời sau *Văn* của Mai Thảo (1982), *Văn Học* của Nguyễn Mộng Giác (1986), và trước khi Viên Linh cho tục bản tờ *Khởi Hành* (1996), đã ra đời ở trong nước từ năm 1969.

Văn có bề thế của Mai Thảo. *Văn Học* có uy tín của Nguyễn Mộng Giác, là người anh đầu đàn, với bộ trường thiên tiểu thuyết *Mùa biển động*, bắt đầu viết từ trong trại tị nạn, cùng với thầy Từ Mẫn Võ Thắng Tiết, chủ nhà xuất bản Văn Nghệ, hoạt động từ những năm 1985, 1986... in toàn bộ tác phẩm của Nguyễn Hiến Lê và Võ Phiến, làm nền móng cho một con đường văn chương mới.

Trong ba năm, từ 1986 đến 1988, Nguyễn Mộng Giác đã thành công trong việc xây dựng một nền văn học hải ngoại, đặc biệt với ba khuôn mặt nổi trội, văn phong và tư tưởng hoàn toàn mới lạ: Võ Đình, nhà văn, họa sĩ, viết bài đầu tiên *Cũng thư gửi bạn* từ khi có tờ Văn Học Nghệ Thuật số 1 của Võ Phiến (tháng 2-1985), Đỗ Kh. xuất hiện lần đầu trên *Văn học số 28* (tháng 5-1988) với truyện ngắn: *Gaston (Alimad) Nhi*, và Trần Vũ, trên *Văn Học số 42* (tháng 7-1989), với truyện ngắn *Ngôi nhà sau lưng văn miếu*, đánh dấu ba phong cách hiện đại đặc biệt khác lạ của văn chương Việt Nam:

Võ Đình phân thân, tâm, họa của con người ly hương biệt xứ.

Đỗ Kh. đi khắp địa cầu, muốn chữa cho người Việt khỏi căn bệnh kỳ thị chủng tộc mãn tính.

Trần Vũ tạo phong cách tự do sáng tạo xuyên quá khứ và lịch sử, không tự chế bất cứ điều gì.

Vì lý do gia đình, Nguyễn Mộng Giác ngừng làm chủ bút từ số 45 (tháng 11-1989) đến số 74 (tháng 6-1992) mới trở lại. Tới năm 2003, Nguyễn Mộng Giác, bị ung thư, quyết định đóng cửa tờ Văn Học, Cao Xuân Huy một mình đứng ra lãnh trách nhiệm đến năm 2008, thì bị ung thư mắt, phải ngừng, hai năm sau qua đời (2010).

Khi Hợp Lưu của Khánh Trường ra đời năm 1991, tạp chí Văn Học, vẫn theo đúng đường lối của Nguyễn Mộng Giác, trở nên thủ cựu, vì không in các tác giả trong nước. Tuy vậy, chỉ mấy năm sau, chủ trương hòa hợp dân tộc của Hợp Lưu đã lây lan trên các báo khác, và có thể nói, nhờ Hợp Lưu mà văn học trong và ngoài nước gặp nhau, chập lại thành một dòng chung *văn học Việt Nam*, đặc biệt với những số chủ đề:

Văn Cao, số 8 (tháng 12-92, và tháng 1-93), *Mai Thảo* số 16 (4-5/1994), *Hoàng Xuân Hãn* số 29 (6-7/1996), *Phan Khôi* số 33 (2-3/1997), *Tạ Trọng Hiệp* số 34 (4-5/1997), *Bùi Giáng* số 44 (12/1998-1/1999), *Trịnh Công Sơn* số 59 (6-7/2001), *Chủ đề Yêu* số 68 (12/2002-1/2003) và số 69 (2-3/2003), *Nguyễn Tuân* số 75 (2-3/2004), *Nhân Văn Giai Phẩm* số 81 (2-3/2005), *Bình Nguyên Lộc* số 88 (4-5/2006), *Lê Đạt* số 89 (6-7/2006), *Những người viết trẻ* số 91 (10-11/2006), *Nguyễn Hữu Đang* số 94 (4-5/2007), *Nguyễn Huy Tưởng* số 96 (9-10/2007), *Mai Thảo (1927-1998)* số 100 (5-6/2008), *Khái Hưng,* số 104 (3-4/2009), *Cao Xuân Huy* số 113 (3-4/2011). Nhiều chủ đề trở thành mẫu mực nghiên cứu.

Mặc dầu vậy, nói dí dỏm như Đỗ Kh. *văn học hải ngoại* (đối với người trong nước) vẫn chỉ là *ngón tay thứ sáu*, dư thừa. Đúng thế, *ngón tay thứ sáu* này, đến nay vẫn còn bị coi thường, có khi người ta chỉ gọi xách mé là *văn hải ngoại*, mà không cấp cho chữ *học* hay chữ *chương*, thậm chí có vị đã nghĩ nên cầm dao giải phẫu cắt phăng cái của thừa này đi cho gọn. Nhưng trước khi cắt, có lẽ nên đọc thử, ít nhất một cuốn sách *Xứ sấm sét* của Võ Đình, hay *Cây gậy làm mưa* của Đỗ Kh. (Trần Vũ đã in ở trong nước) xem họ đứng ở chỗ nào, trên cái đài văn chương mới mẻ của thế giới được người Việt tôn thờ hiện nay? Nhất là cái *văn hải ngoại* này đã cướp đi tới ba chủ biên làm không công, bằng bệnh ung thư, vậy hẳn nó phải có gì dữ dằn, độc lắm?

Khánh Trường, nhà văn

Rồi một ngày nào đó, người ta sẽ phải làm công việc tổng kết những tác phẩm viết về cuộc chiến hai mươi năm, mà đến nay người Việt vẫn còn né tránh cái tên, sẽ tìm thấy những khác biệt sâu xa giữa những ngòi bút Bắc-Nam, hải ngoại-trong nước về cùng một đề tài. Biết đâu từ những khác biệt ấy, người ta có thể lần hồi vẽ lại được một thứ chân dung chiến tranh gần với sự thực hơn, gần với con người hơn những tấm bích chương phóng đại, tô màu, đã từng được dán trên tường, trên đường, khắp nơi, thời bình cũng như thời chiến.

Khánh Trường, Cao Xuân Huy, Hoàng Khởi Phong, ba người lính và cũng là ba «chiến sĩ văn chương» đã từng trách nhiệm hai tờ tạp chí văn học lớn nhất ở hải ngoại: Khánh Trường với Hợp Lưu và Cao Xuân Huy, Hoàng Khởi Phong, với tờ Văn học.

Ba người lính này, còn là những tác giả viết về chiến tranh mà người đọc sẽ có ngày phải tìm đến, khi muốn nhận diện bộ mặt đích thực của chiến tranh, tìm hiểu những lũy tích đạn bom trên cơ thể và tâm linh những người sống sót. Cao Xuân Huy với *Tháng ba gãy súng*, Hoàng Khởi Phong với *Ngày N+*.

Những truyện ngắn của Khánh Trường, được in trong ba tập: *Có Yêu Em Không?* (1990), *Chỗ Tiếp Giáp Với Cánh Đồng* (1991), *Chung Cuộc* (1997).

Có Yêu Em Không? khai mào thứ *bạo lực dục tình* như tinh chất nhào nặn tác phẩm. Dục tình xuất hiện trong hầu hết những truyện ngắn của Khánh Trường. *Mưa Đêm* là cuộc cãi vã của cặp nhân tình: cô gái điếm và gã lính bại trận, tử thương, là màn ẩu đả giữa sống và chết, giữa người và ma, là cuộc giao tranh và giao hoan giữa mộng và thực, giữa hồn và xác, là trận ác chiến giữa những thực tại tối tăm nhất của con người.

Bí Mật Của Rừng Già giao lưu thú tính và nhân tính trong lòng một tên thảo khấu cuồng sát, đàn em Pol Pot. *Biến Cố Trong Rừng Tràm* đặt câu hỏi về những tội ác khủng khiếp đã có thể xảy ra cho những kẻ vượt biên kiệt lực, cùng đường. *Những Mảnh Đạn* là đoản khúc yêu đương xuyên cõi âm dương, là trái mìn nổ chậm trong thân xác và vong linh những người còn sống mà đã chết. *Chỗ Tiếp Giáp Với Cánh Đồng* dấy lên khát vọng yêu thương của những trẻ tật nguyền, hậu quả của những bội tình, bội ước. *Những Thảm Cỏ Nát Trong Khu Rừng Hoang* mổ xẻ khía cạnh bạo tàn của một thứ luân lý, đạo đức thời trung cổ. Và *Chung Cuộc* viết về sự gặp gỡ của hai thân phận bị cuộc đời sa thải.

Khánh Trường là trường hợp phản kháng thường trực trong văn cũng như trong đời. Văn Khánh Trường là thứ văn chống lại văn chương, chống lại sự thơ mộng hóa của tất cả những loại văn bản, bài hát, bài thơ ve vãn chiến tranh, để tìm đến sự thực trần trụi nhất:

«Nửa đêm, một trái pháo vu vơ rơi ngay hầm chỉ huy. Kh. chia ba với thằng tà lọt và tên lính truyền tin quả đạn. Khi đào hầm lên, phải cố gắng lắm bọn lính mới gom được một đống thịt xương trộn lẫn cùng đất cát. Phần Kh., tôi chỉ nhận ra hắn nhờ chiếc thẻ bài và hai cái hoa mai trên cổ áo. Cái chết đúng như lời một bài hát, chết thật tình cờ... Chết thật tình cờ! Phải, nhưng nhất định không nằm chết như mơ! Các ngài nghệ sĩ đôi khi lãng mạn một cách tàn nhẫn. Các ngài chẳng biết mẹ gì trận địa, thậm chí có ngài chưa từng thấy mặt ngang mũi dọc cây M16 nó ra làm sao? Trái M26 nó tròn méo thế nào so với trái MK3? Nên trí tưởng tượng của các ngài đôi khi làm bọn lính tráng chúng tôi những muốn văng tục. Chết như mơ! Đụ mẹ, bảy năm trong một đơn vị tác chiến thực thụ, tôi chưa bao giờ nhìn thấy một cái chết như mơ! Chỉ có chết tan xương nát thịt, như Kh., chết cụt đầu cụt tay, chết cháy đen giống cây than hầm, chết banh ngực lòi phèo lòi phổi, chết phơi bụng đổ ruột cứt dái lòng thòng... như bao nhiêu thằng lính lớn lính nhỏ. Chết như mơ. Đụ mẹ, nói phét cũng vừa thôi.»[9]

Giữa mùi tử khí, giữa những xú uế, giòi bọ uất lên nơi những xác chết đã thối rữa trương sình, phả ra một *tình bạn* dai dẳng không dứt, một *tình bạn* chết người, một thứ *tình bạn* đỉa đói, nó theo con người vào cõi chết và cứ sống dai, sống dài sau cái chết. Người ta thường thấy những đối thoại giữa lính sống và lính chết, những cãi lộn, đanh đá cá cầy giữa gái điếm sống với những gã tình nhân lính đã chết toi chết tiệt từ kiếp nảo kiếp nào.

Khánh Trường là kẻ ngược dòng. Kẻ đi lột những mặt nạ. Khi người ta khóc thương quê hương, nhớ nhung lãng mạn, ca tụng

---

9 *Có yêu em không?*, Khánh Trường, Nxb Tân Thư, 1990, trang 187.

tình yêu, ca tụng cái chết sĩ khí anh hùng thì Khánh Trường lăng nhục thứ văn chương điếm đàng, lừa thầy, gạt bạn. Khi người ta ca tụng những cao cả của sự vượt biên, vượt biển tìm tự do, như lẽ sống của con người, thì Khánh Trường nói huỵch toẹt cái lý do vượt biên kỳ cục của những kẻ giống mình: "*Tôi ra đi chẳng phải vì căm thù chế độ, vì bị kềm kẹp khủng bố, mà chỉ vì bị quyến rũ bởi những tấm hình màu, những thùng quà đầy ắp, những tape nhạc, những băng vidéo, những xếp đô la dày cộm của bà con bạn bè bên Mỹ gửi về.*"

Khánh Trường đi vào văn chương như một lính dù cảm tử, không sợ súng. Chính vì vậy mà anh viết những dòng chữ không tô hồng, không bọc điều, bọc đường. Chúng phả ra những sự thực quái đản, chúng gột sạch những son phấn hóa trang, chúng lột trần những áo quần lòe loẹt, mà người ta đã điểm trang, trước khi tung ra vũ trường dư luận.

Khánh Trường vừa viết vừa chửi thề văn chương chữ nghĩa, vừa viết vừa nhổ bọt vào đạo đức luân lý. Vừa viết vừa hiếp dâm những thứ tình lãng mạn lý tưởng.

Người ta làm văn nghệ với những vai vế, chức sắc; khinh binh Khánh Trường, không bằng cấp, không quá khứ văn chương, nhảy vào văn đàn như một tên du đãng cướp diễn đàn của các vị đại ca.

Người ta làm văn chương với những sứ mệnh, những nhiệm vụ cao cả, Khánh Trường kẻ phi số mệnh, phi đường lối, khơi khơi đi vào văn chương như một gã say rượu, loạng quạng chân nam đá chân xiêu, bạ mồm bạ miệng, điếc không sợ súng.

Nhưng sáng tác nào là không phát xuất từ những điếc đui dò dẫm?

Trách nhiệm tờ Hợp Lưu, đã là «bạt mạng» lắm rồi, ngòi bút của Khánh Trường lại ngược dòng, chiếu đèn pha vào một cộng đồng văn chương có những nét bảo thủ, thích rập theo những khuôn mẫu có sẵn. Ở thời điểm mà những người làm văn ở hải ngoại còn đang lâm ly khóc thương cho một "quá khứ vàng son", cho những "lý tưởng tự do" chưa đạt đích, những "buổi mai về xây dựng lại màu cờ"... thì Khánh Trường lù lù xuất hiện với cái tôi lính tráng, cái tôi rượu chè, cái tôi du đãng, mở miệng là chửi thề, «hùng» thì ít mà «hèn» thì nhiều.

Để rồi, nhiều năm sau trên đất Mỹ, trên "thiên đường mới", anh nhận thấy *"sự bơ vơ cùng cực của mình, trên một xứ sở sống gần 15 năm, sao vẫn như kẻ lạ."*

Thế giới của khinh binh Khánh Trường là thế giới của những kẻ ngoại đạo, tà đạo, ngược nước, ngạo nghễ, nghênh ngang, du côn, sống còm, chết bỏ, đối chất với một thế giới chính thống, khép kín trong những công thức cảm tình, những nhớ nhung vờ vĩnh, những thiên đường giả hiệu của những kẻ không tuần chay nào là không có nước mắt.

Tàn nhẫn nhưng thành thật đến độ phũ phàng, những nhân vật của Khánh Trường, không có tên. Chúng thường mang những danh xưng như: con đĩ, hắn, thằng cha, người đàn bà, thằng nhỏ, con nhỏ... Nếu có *tôi* thì cũng là cái tôi tàn mạt, vừa dâm, vừa ác, vừa hèn.

Những nhân vật của Khánh Trường coi thường tội lỗi, sỉ nhục đạo đức, một thái độ giới hạn giữa có luân và vô luân.

Thái độ đó bởi đâu? Phát sinh từ cái gì? Nếu không phải là từ những xác chết? Từ những trái phá phũ phàng ngoan cố chớp mắt đã xé nát những thằng bạn du thủ du thực đang ăn tục nói phét với nhau, bỗng lăn đùng ra, đứa mất đầu, đứa mất chân, đứa lòi ruột, bên cạnh những đống thịt bầy nhầy vụn nát của những thằng chết bằm.

Những truyện ngắn hay nhất của Khánh Trường đều xoay quanh "cái đó". Và từ "cái đó" nẩy sinh thái độ ngạo mạn, thái độ dửng dưng, đưa đến bạo lực, bạo tình.

Ở Khánh Trường là những thái quá. Là hiện tượng chiến tranh nổ chậm trên thể xác và tâm linh sau ngày đình chiến. Những trái phá đó bị bỏ rơi, bỏ quên, tích tụ lại trong các hạch, các tuyến, các não thùy của người sống sót, và bất cứ lúc nào cũng có thể hồi sinh, mưng mủ, chạy cùng cơ thể như những chân rết nọc độc ung thư, như những trái mìn nổ chậm mà chắc.

Nhân vật của Khánh Trường là những kẻ dù lành mạnh thể xác, cũng tàn tật tâm linh, nam hay nữ, già hay trẻ, ít nhiều họ đều đã bị dính vào mìn cá nhân, mang những mảnh đạn chiến tranh trong cơ thể. Những truyện ngắn *Có Yêu Em Không?, Bí Mật Của Rừng Già, Biến Cố Trong Rừng Tràm, ...* đều có dấu vết của tạc đạn, của bạo tàn, của thần chết, của giết chóc, dẫn đến quẫn trí, dục tình và bạo lực. Nhưng trên tất cả các hung hãn bạo lực ấy, bao giờ cũng le lói chút tình người. Chỉ một chút thôi. Đủ cho thấy cái tình người nhỏ nhoi và khan hiếm ấy nếu cứ bị cưỡng hiếp lâu dài thì sẽ có ngày tuyệt kiếp.

Khánh Trường là một tác giả cần dán nhãn hiệu cấm trẻ em dưới mười tám tuổi. Có những khốc bạo thái quá. Có những màn sex sỗ sàng. Có những triết lý dài dòng không cần thiết. Nhưng nếu muốn thám hiểm bộ mặt thực của chiến tranh, thì không thể bỏ qua tác phẩm của Khánh Trường. Bạo lực hóa thân thành những chân rết ung thư khuấy độc môi trường và đầu độc hạnh phúc.

Khánh Trường không muốn nhìn rõ biên giới giữa hai cực thiện ác, đạo đức và vô luân, nhân tính và thú tính. Sau mỗi hy sinh cho cuộc chiến đôi bên, người ta đọc diễn văn, cài huân chương, phủ poncho, phủ cờ, và tuyên dương công trạng. Đứng sau bàn thờ tổ quốc, Khánh Trường táy máy gỡ micro, giật cờ, lật poncho để lộ những nét phế tàn hùng hãi trên thân thể những tử thi nằm trong mồ liệt sĩ, dưới đài hoa chiến thắng.

Paris tháng 5/1997-1/2025.

Thụy Khuê

TIỂU LỤC THẦN PHONG
Tưởng Nhớ Người Nghệ Sĩ

Bìa 2 tập thơ do Khánh Trường thiết kế với tranh của Khánh Trường

(Kính viếng Họa sĩ Khánh Trường)

Kể cũng đủ một đời ngang dọc
Bước giang hồ nào ngán chi ai
Xứng danh nghệ sĩ đa tài
Văn chương thơ phú đủ bài phong lưu

Chàng họa sĩ vốn rành mỹ tửu
Vung cọ lên hóa hiện hình nhân
Bức tranh gái đẹp phong trần
Nửa đậm Đông Á nửa phần Tây phương

Sống ý nghĩa đến hết đoạn đường
Vẽ với viết phút chót tàn hơi
"Xé mây may áo cho người"*
"Tịch Dương"* thôi nhé về nơi địa đàng

Hợp muôn nhánh trong ngoài địa phận
Lưu lại đây chữ nghĩa tha nhân
Chủ trương rộng mở muôn phần
Tấc lòng ưu ái xa gần cùng nhau.

Tiểu Lục Thần Phong
Ất Lăng thành, 0125

** tên tác phẩm của họa sĩ Khánh Trường*

VIỄN ĐIẾU

KHÁNH ĐỘNG TÂM HẢI NGOẠI
TRƯỜNG NGHI Ý NỘI TRIỀU
HỢP QUẦN VĂN BẤT DỊ
LƯU DỤNG ĐẠI ĐỒNG QUY

Tiểu Lục Thần Phong
Ất Lăng thành, 0125

TRẦN DOÃN NHO

KHÁNH TRƯỜNG, ĐÔI ĐIỀU...

Khánh Trường trong mắt Đinh Cường.

Chúng tôi quen nhau bắt đầu bằng một... thùng sách.

Tháng 9/1993, tôi và gia đình đến định cư ở một thành phố thuộc một tiểu bang miền Bắc nước Mỹ. Thành phố, tuy không nhỏ, nhưng chẳng nổi tiếng, tuy không thưa thớt người, nhưng thiếu bóng đồng hương, tuy rộn ràng nhưng là cái rộn ràng xa lạ: toàn là người... ngoại quốc. Chân ướt chân ráo mới đến xứ lạ, chẳng dám nghĩ gì xa xôi ngoài chuyện ăn chuyện ở chuyện đi làm chuyện nuôi con, thì đâu khoảng vài tháng sau đó, tôi nhận được một thùng sách khá nặng, với tên người gửi lạ hoắc: Khánh Trường. Trên lá thư ngắn kèm theo với cái "logo" Hợp Lưu ở góc trên, là vài dòng viết tay: "Qua HHU, tôi được biết đến anh. Nghe tin anh và gia đình vừa đến định cư, tôi chúc mừng anh. Mong anh sớm ổn định cuộc sống và viết lách trở lại với anh em. Sơ ngộ, tôi gửi biếu anh một ít văn chương Bolsa. Mong được liên lạc thường xuyên với anh."

Thùng sách chứa đâu khoảng trên 20 cuốn, gần một nửa trong số đó là tạp chí Hợp Lưu cũ, mấy tác phẩm của Khánh Trường, "Đoản Thi Khánh Trường", "Có Yêu Em Không?", "Chỗ Tiếp Giáp Với Cánh Đồng", thêm tập "Ngựa Nản Chân Bon" của Nguyễn Mộng Giác, tập sách "Trăm Hoa Vẫn Nở Trên Quê Hương" cùng với các tạp chí Văn Học, Văn và Thế Kỷ 21, mỗi thứ một, hai số. Cầm từng cuốn sách, cuốn báo như được gặp lại cố nhân. Giở ra đọc vội vài dòng cuốn này rồi chụp qua cuốn khác, cũng đọc vội vài dòng, cứ như thế cho đến hết, lòng bồi hồi sung sướng như thể vừa được tái sinh. Sau gần 20 năm ở trong nước, sống như mù như câm, thấy chữ là tránh, là sợ, thùng sách mở ra cho tôi một thế giới hoàn toàn mới mẻ. Tôi ngấu nghiến đọc đêm đọc ngày, đọc hết cả thùng sách lúc nào không hay. Càng đọc, càng thích thú và, thú thật, lại càng ngạc nhiên và bỡ ngỡ vì không ngờ không khí ở hải ngoại lại lu bu "nhiều chuyện" và phức tạp như thế, nhất là chủ trương "hợp lưu". Nhưng gì thì gì, lần đầu tiên, tôi cảm nhận được cái không khí cởi mở của một miền Nam thuở nào.

Thùng sách Khánh Trường như một chiếc cầu nối tôi với thế giới sách vở văn chương hải ngoại. Nhờ những thông tin có được, tôi bắt đầu liên lạc với các tạp chí văn chương và một số các bạn văn khác. Sẵn hai bài viết, một truyện ngắn và một tiểu luận, giấm giúi mang ra được từ trong nước, tôi gửi ngay cho Nguyễn Mộng Giác, một nhà văn đàn anh chưa hề quen, đang coi sóc tờ "Văn Học" và được anh cho đi ngay trong hai số mới nhất sau đó.

Mãi đến gần một năm sau, sau nhiều lần ngần ngại và đắn đo, tôi mới quyết định gửi bài cho Khánh Trường. Nhận được bài (một truyện ngắn có tựa đề là "Kỷ Niệm", viết tay và gửi qua bưu điện), Khánh Trường gọi điện thoại cười bảo, tưởng ông sợ làm phiền lòng chiến sĩ nên "xù luôn Hợp Lưu" chứ. Anh cho đi ngay trên Hợp Lưu số 19, tháng 10&11/1994. Biết tôi nóng lòng chờ, báo vừa ra khỏi nhà in là Khánh Trường ưu ái gửi gấp qua đêm (overnight shipping) cho tôi. Tôi khoái nhất cái mục lục với danh sách hàng chục tên tác giả và các bài viết của họ, nên đọc đi đọc lại mãi. Không thể nào ngờ, có ngày mà tên "họ" và tên tôi có cơ duyên được nằm chung trong một số báo. Nào là những tác giả nổi tiếng một thời của văn học miền Nam (mà tôi từng yêu thích) như Bùi Giáng, Thế Uyên; nào là Luân Hoán, Hoàng Lộc, Đinh Cường, những tác giả đã từng xuất hiện trên những tạp chí văn học Sài Gòn trước 1975 như tôi; nào là Nguyễn Văn Phụng, Tiêu Dao Bảo Cự, Trần Vàng Sao, những người bạn cùng lứa, sống cùng thời nhưng khác chiến tuyến; nào là Văn Cao, Lâm Thị Mỹ Dạ, Nguyễn Trọng Tạo, Nguyễn Quang Thiều – những cây bút ở bên kia chiến tuyến; rồi nào là Trân Sa, Trần Vũ, Trần Mộng Tú, Chân Phương, Phan Nhiên Hạo, Thận Nhiên, vân vân, những khuôn mặt mới toanh của văn chương hải ngoại.

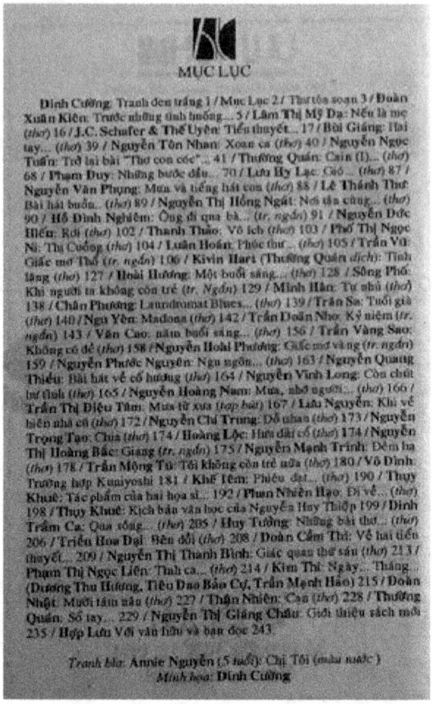

Mục lục các bài viết trên Hợp Lưu số 19, 10&11/1994
(Hình: Thành Tôn)

Bài kế tiếp tôi gửi cho Hợp Lưu là bút ký "Cuộc Rượu Bên Sông", ghi lại một chuyện "không thể nào ngờ" khác là được ngồi uống rượu cùng Phùng Quán – mà vài bài thơ của ông đã ám ảnh tôi suốt cả thời tuổi trẻ - bên bờ sông Hương, Huế. Bút ký này được Khánh Trường cho đi ở Hợp Lưu số 24 với lời giới thiệu ở đầu bài như sau:

"LTS: Bài viết này lẽ ra đã đến với độc giả ở số HL 22 (tháng 4&5, 1995), để tưởng niệm thi sĩ Phùng Quán đã mất. Nhưng do bưu điện chậm trễ, chúng tôi chỉ nhận được bản thảo thời gian gần đây. Vậy xin độc giả hãy xem "Cuộc Rượu Bên Sông" như một nén nhang thắp muộn, cho một tài hoa vừa khuất – Hợp Lưu".

HỢP LƯU số 24

49

TRẦN DOÃN NHO

cuộc rượu bên sông

LTS: *Bài viết này lẽ ra đã đến với độc giả ở số HL 22 (tháng 4&5, 1995), để tưởng niệm thi sĩ Phùng Quán đã mất. Nhưng do bưu điện chậm trễ, chúng tôi chỉ nhận được bản thảo thời gian gần đây. Vậy xin độc giả hãy xem "Cuộc Rượu Bên Sông" như một nén nhang thắp muộn, cho một thi hoa vừa khuất.*

Hợp Lưu

Hình: Thành Tôn.

Hè năm 1995, tôi đi quận Cam. Lần đầu tiên Huỳnh Hữu Ủy dẫn tôi đến thăm Khánh Trường. Có bạn, lại là bạn mới từ xa đến, Khánh Trường hào hứng khui rượu và khui lời khui chữ. Ba chúng tôi vừa uống vừa đấu láo đủ thứ chuyện trên đời, kể cả những khó khăn và ngộ nhận về tờ Hợp Lưu trong thời gian đầu tiên. Khuya, say rượu, say bạn, say văn, tôi nằm gục trên ghế salon, mê man không biết trời chẳng biết đất. Sáng hôm sau, Khánh Trường kéo đầu dậy, chở tôi đi lang thang thăm thú chỗ này chỗ nọ người này người nọ quanh quanh khu Bolsa. Khánh Trường trên bàn nhậu, trong quán cà phê, khi trò chuyện, khi đấu láo, tranh cãi cũng là Khánh Trường của truyện ngắn, của tạp bút Kim Thị. Người sao văn vậy: giang hồ, hào sảng, nghĩ gì nói nấy, không văn hoa bóng bẩy, chẳng cần rào trước đón sau. Vui và thích và (cũng dễ)... gây gổ. Đề tài thích thú, cũng là niềm hãnh diện của Khánh Trường, trước sau đều xoay quanh hai chữ "hợp lưu". Chuyện hợp lưu (văn chương) thì vẫn cứ (và vẫn còn phải) tranh cãi, tranh cãi dài dài, nhưng tờ Hợp Lưu thì dứt khoát là dấu ấn bất khả bàn cãi của Khánh Trường trong văn chương hải ngoại. Nhậu thì nhậu, ăn thì ăn, những hễ gặp đề tài này, là Khánh Trường không tha: vừa biện (bạch) vừa bảo (vệ) vừa khoe. Nhớ Khánh Trường không thể không nhớ cung cách làm văn chương "kiểu Khánh Trường":

"Ý định xuất bản một tờ báo có chủ trương hợp lưu mọi dòng văn học về một mối manh nha trong đầu. Tôi gặp vài anh chị em khác: Nhật Tiến, Đỗ Khiêm, Vũ Huy Quang, Lê Bi, Nguyễn Hương, Thân Trọng Mẫn, Phạm Việt Cường, Nguyễn Hoàng Nam, Nguyễn Mạnh Trinh... và liên lạc bằng điện thoại, thư từ với nhiều anh chị em khác nữa, cư ngụ ngoài Cali và nước Mỹ. Điều tôi không ngờ: hầu hết các văn nghệ sĩ tôi tiếp xúc đều tán đồng chủ trương của tôi. (....) Như thế, với nhiều công sức tài lực của nhiều anh chị em, Hợp Lưu ra mắt số đầu tiên đầu tháng 10 năm 1991. (...) ... giai đoạn đầu, gần như tuần nào, tháng nào, trên hầu hết các tờ báo, Hợp Lưu và nhóm chủ trương, nhất là tôi... cũng bị đem ra làm bia tập bắn. Nhẹ, lời lẽ ôn hòa xây dựng; nặng, bỉ thử thô lỗ, có khi mang cả đời tư của chúng tôi và những hệ lụy cật ruột ra bêu riếu, ném bùn. Nhiều tháng liền, cách vài ba đêm, giữa khuya, một cú điện thoại từ đâu đó gọi tới, đòi "đốt nhà, ném lựu đạn, bắn bỏ" cái kẻ "ăn cơm quốc gia thờ ma cộng sản", cái bọn "nằm vùng, đâm sau lưng chiến sĩ." (...) Vì thế, tôi quyết định... chịu trận. Có khi cao hứng, tôi chọc lại bằng cái phong cách rất... nhảy dù: hẹn các đấng hùng anh kia đến một công viên nào đó chọi tay đôi, hoặc đấu súng đấu dao tùy chọn lựa, bảo đảm không báo trước với cảnh sát. (...) Gọi mãi, chửi mãi, hăm dọa mãi, vẫn thấy Hợp Lưu xuất hiện đều đặn, đúng kỳ trên các sạp báo ở các nhà sách. Những cú điện thoại thưa dần, rồi dứt hẳn." (Trích: Đỗ Lê Anh Đào, Nói chuyện với nhà văn/họa sĩ Khánh Trường, "Truyện ngắn Khánh Trường tập II", nxb Nhân Ảnh 2016, trang 365-368).

Dù không đồng ý hoàn toàn với Khánh Trường ở điểm này điểm nọ, nhưng tôi cộng tác với Hợp Lưu cho đến ngày Khánh Trường bị bệnh, phải rút lui và tiếp tục góp bài cho Hợp Lưu do Trần Vũ, Phùng Nguyễn và Đặng Hiền đảm trách. Từ đó, suốt một thời gian dài kể từ khi giã từ sân chơi, một phần vì bệnh tật và một phần khác có lẽ vì muốn xa lánh chốn thị phi, nên Khánh Trường gần như vắng mặt hẳn, ở chỗ công cộng, trên báo chí cũng như ở chốn riêng tư. Tôi thì, năm nào cũng ghé qua quận Cam, tham dự và tham gia hết sự kiện này đến họp mặt khác, nhưng dường như không mấy khi nghe (ai đó) nhắc đến tên Khánh Trường. Mãi đến tháng 6/2017, tôi hỏi Thành Tôn và rồi, cùng Thành Tôn ghé thăm anh ở khu "mobile home", 9800 đường Bolsa, Westminster, Little Saigon. Sau nhiều năm xa cách, tôi gặp lại một Khánh Trường khác hẳn: ngồi xe lăn, thân hình thon gọn, giọng nói hiền hòa, nhẹ nhàng. Anh giới thiệu với tôi một số tranh và sách mà anh lặng lẽ sáng tác thời gian sau này. Nhưng khi đề cập đến chuyện này chuyện nọ về "chốn văn chương" ở ngoài kia, Khánh Trường xua tay, tôi ngộ rồi, giờ thì bỏ hết mọi sự ngoài tai, chỉ tập trung chăm lo cho bản thân mình.

Đó là lần cuối cùng tôi gặp Khánh Trường.

Khánh Trường ra đi, Hợp Lưu, tuy cũng đã ra đi từ lâu theo lẽ đời, nhưng những gì nó để lại thì vẫn cứ còn đó. Đó là một "giấc mộng văn chương", không chỉ của riêng anh, mà là của những ai yêu mến trò chơi chữ nghĩa, nhất là trong hoàn cảnh của một đất nước mà, sau năm mươi năm, vẫn còn vô số điều là giấc mộng. Dù sao, sự kiện những kẻ đã từng tưởng như không đội trời chung, có dịp xuất hiện với nhau trên cùng một tờ báo gọi là "Hợp Lưu" cũng đáng được xem là một thành tựu. Những gì Khánh Trương khởi đầu, đã được tiếp nối với những bàn tay thiện chí khác, sau này. Như ta có thể nhìn thấy trên một vài trang mạng văn học nghệ thuật được xem là đứng đắn hiện nay...

Trần Doãn Nho

(31/12/2024)

TRẦN THỊ NGUYỆT MAI

KHÁNH TRƯỜNG,
NGƯỜI KẾT NỐI MUÔN PHƯƠNG

Họa sĩ Khánh Trường (Ảnh: Uyên Nguyên)

Tháng 10/1991, Hợp Lưu ra đời. Tôi đã có mặt ở Mỹ vài năm, còn thuộc diện dân mới nhập cư. Cảm thấy không kham nổi việc làm nặng nhọc với vóc dáng "mình hạc xương mai", nên dù đã xa tuổi thiếu nữ, tôi vẫn cố công đèn sách tạo dựng tương lai. Xứ sở mới, ngôn ngữ không là tiếng mẹ, đầu óc tiêu thụ chậm, nên trong khi người khác chỉ cần học một giờ thì tôi phải ngốn gấp ba bốn lần nhiều hơn. Cộng thêm gia đình, con nhỏ... chẳng còn thời gian nào để nghĩ đến chuyện văn chương. Thành phố tôi ở có ít người Việt, sách báo tiếng Việt cũng không. Mà nếu như có, chắc tôi cũng đành phải giả đò ngó lơ "cầm bằng như không biết mà thôi"...

Tôi bắt đầu nghe tên anh khi đọc bài viết "Khánh Trường, Sức Mạnh Của Im Lặng" của họa sĩ Đinh Cường vào tháng 1/2012 nhân dịp anh bày 30 bức tranh Thiền. Lúc đó, tôi chỉ biết anh là một họa sĩ như anh Đinh Cường đã nhận xét, "Tôi thật sự cảm phục bạn ở Sức Mạnh Của Im Lặng và tìm chốn nương tựa cho tâm hồn mình: Đức Quan Thế Âm Bồ Tát. Như Nietzsche với hình ảnh Zarathustra đã gợi lên lộ trình sâu rộng của một bậc Đại Bồ Tát giữa lòng đen tối của thế gian. Khánh Trường là hình ảnh của Zarathustra "*Trong tất cả những tác phẩm, ta chỉ yêu những tác phẩm nào được tác giả viết bằng máu của chính mình. Ngươi hãy viết bằng máu rồi ngươi sẽ biết được rằng máu chính là tinh thần.*" Zarathustra đã nói như thế Khánh Trường đã vẽ như thế." [1]

Cách đây vài năm trước thời đại dịch Covid-19, trong lần ghé phố Bolsa, tôi nhờ anh Thân Trọng Mẫn đưa đến thăm anh chị Nguyễn Đình Thuần. Bữa đó anh Mẫn nói với tôi, đại ý: "Anh sẽ đưa NM đến nhà anh NĐT. Nhưng tới Bolsa mà không đến thăm anh Khánh Trường là một thiếu sót lớn. Anh ấy đang bị bệnh nặng, không biết lần tới NM đến Bolsa thì còn có dịp để gặp không?" Thế là anh Mẫn chở tôi đến nhà họa sĩ Khánh Trường trước, dù tôi chưa hề quen anh. Chỉ nghe nói họa sĩ Khánh Trường layout, làm bìa sách rất đẹp. Lúc đó anh đang bệnh nhiều, phải nằm trên giường. Đương nhiên, khi cả hai người không quen hay biết gì về nhau thì câu chuyện không thể tránh khỏi sự tẻ nhạt. Tôi chỉ hỏi thăm anh đôi câu về sức khỏe, còn lại anh Mẫn và anh nói chuyện với nhau là chính. Quả tình tôi không hề biết mình đang được hạnh ngộ người sáng lập tờ Hợp Lưu một thời đình đám.

Đến khi giúp tạp chí Ngôn Ngữ đọc bản thảo số 2 (tháng 7/2019), xem tùy bút "Tha hồ mây trắng bay" của anh Khánh Trường, tôi thật sự thương cảm cho hoàn cảnh của một cậu bé sinh ra trong gia đình khó khăn không may rơi vào số phận nghiệt ngã. "Quá khứ tôi? Chẳng những chả có gì đáng tự hào, trái lại luôn làm lòng tôi quặn thắt." [2]. Cậu bé 13 tuổi đã phải rời nhà ra đi khi "Cha tù tội oan khiên. Mất đi nguồn lao động chính. Bữa cơm hàng ngày dù chỉ mắm rau nhưng vẫn bữa đói bữa no. Bà mẹ kế không nghề nghiệp. Tôi và hai đứa em trai còn quá nhỏ... Một ngày một đêm trên con tàu cũ kỹ đến vùng cao, Đà Lạt, đẫm ướt sương mù và lạnh cóng. Đói, khát, lo sợ. Thằng nhỏ bước xuống sân ga, tay ôm một bọc ni-lông tái chế xỉn bẩn, bên trong đựng bộ quần áo cũ, hai may-ô, hai quần lót và một gói xôi, ba củ khoai lang mua từ ga Phan Rang. Trong túi chỉ còn đúng 20 đồng nhàu nhĩ." [2]. Đi về hướng hồ Xuân Hương, trời lạnh cóng. Nhìn thấy tiệm thuốc tây, cậu bé bước vào định tránh gió, bớt lạnh thì ông chủ tiệm hỏi mày muốn mua gì? Cảm nhận mối nghi ngờ nơi người chủ, nó sợ hãi ấp úng, đáp Optalidon "vì có lần đọc báo biết một thiếu nữ bị tình phụ, cô ta tuyệt vọng, quyên sinh bằng cách uống trọn tuýp Optalidon"[2]! Rời tiệm với ống thuốc và hai đồng tiền thối, nó tiếp tục đi vô định đến một trạm taxi, có cây xăng lớn, tìm góc tối cuối nhà rửa xe và thiếp đi một lát. Khi tỉnh dậy, thấy bọn nhỏ trạc tuổi lăng xăng xách nước, lau rửa những chiếc taxi trong bến và được tài xế cho tiền, nó nghĩ sẽ sống được bằng nghề này nên cũng bắt chước làm theo. Chẳng ngờ chưa kịp làm gì thì đã lãnh ngay một cú đá trí mạng, ngã ngửa của tên đàn anh vùng đó. Rồi cậu bé bị bán đi cho "chị Hai" của một động điếm. "Buổi tối, sau một ngày mỏi rã chân ngoài đầu hẻm, léo nhéo mời chào các đấng chiến sĩ rằn ri ngang qua, "Đại ca ơi, đi một phát lấy hên đại ca. Hàng mới ở tỉnh lên, mướt rượt, đông ngò (nhiều lông), nước nôi đầy đủ. Hết sẩy đại ca ơi..." Khuya, tôi trở vào, ăn qua quít bát cơm với vài chị đượi, rồi vào ngủ ở một trong bốn phòng, nếu vắng 'khách'"[2]. "Một tối, đang thiu thiu nửa tỉnh nửa mê, tôi nghe có tiếng đôi co bên kia "vách", "Ra đi cha nội... Uống chi lắm rứa? Dai như đỉa, bộ tui sức trâu à?". Tiếng cười hềnh hệch: "Càng lâu càng sướng em ơi... Lẽ ra em phải thối tiền lại cho anh... Không cảm ơn còn bày đặt than thở...". "Tui chịu hết nổi rồi."

Tiếp theo, tiếng động mạnh, có lẽ một thân thể bị đẩy rơi xuống mặt sàn gác. Tôi giật mình tỉnh ngủ. "Tui không đi nữa, để tui xuống nói Má Hai tìm cho anh con khác. Tiếng đàn ông lớn giọng: "Đụ mẹ mày ngon. Tao đập chết mẹ mày bây giờ!" "Thách đó, đập đi!" và tiếng xô xát. Tôi tốc tấm "vách" chạy sang. Tên lính đang nắm tóc chị T. kéo rịt xuống. Chị T. không vừa, một tay bóp chặt hạ bộ tên lính, một tay quơ quào rối rít, cố gỡ nắm tóc dài đang bị tên lính làm chủ. Cả hai đều trần truồng. Chị T. mới đến làm ở "động" non hai tháng, người nhỏ nhắn, không đẹp nhưng tính tình vui vẻ hào phóng. Chị rất thương tôi. Những hôm ế khách chị và đồng nghiệp đợi gánh hột vịt lộn ngang qua, gọi vào, chén. Tôi được hưởng ké, chị T. luôn luôn bao giàn. Khi thấy chị T. bị tên lính hành hung, tôi lập tức nhảy vào bênh. Tôi phóng người bám trên lưng tên lính, hai tay đấm thùm thụp vào đầu hắn. "A, thằng oắt con, muốn chết hử?" Tên lính thả chị T. ra, vòng tay thộp cổ tôi, đẩy mạnh vào vách ván. Tôi nhỏ con, ốm yếu, chả hơn gì con nhái bén trong bàn tay hộ pháp của tên lính. Chị T. được tự do, vội nhào xuống sàn, lật gối lấy con dao giấu bên dưới, chĩa về phía tên lính, hét: "Thả thằng nhỏ xuống. Tên lính cười hăng hắc, không quay lui, thay vì buông tôi ra, hắn lại đẩy lên cao. Tôi nghẹt thở, tay chân giãy giụa điên cuồng. Chị T. nhào tới. Và thật bất ngờ, ngoài dự đoán của tôi, của cả tên lính, chị T. vung tay, đâm ngọt lưỡi dao vào sườn tên lính. Hắn giật bắn người, buông tay, tôi rơi xuống sàn, hắn cũng loạng choạng quỵ ngã, hai tay ôm bụng. Khi Má Hai hay tin, sai người gọi cảnh sát đến thì tên lính cũng vừa thở hắt, giã biệt trần gian. Chị T. bị bắt, bị tù. Ngày tôi được vào thăm, chị vuốt tóc tôi, cười buồn: "Thế này biết đâu lại hay, ra tù, chị sẽ về quê..." Chị khuyên tôi, "Đời em còn dài, không nên chôn vùi ở đó..." và chị nhắn Má Hai trao tôi một phần số tiền chị đã dành dụm được trước đây, hiện Má Hai đang giữ hộ. Nhờ số tiền, tôi mua vé xe đò xuống Qui Nhơn, ở đó, tôi sống chung với một thằng bạn cùng tuổi trong một toa tàu bỏ hoang cuối sân ga."[3]. Giữa lúc tuyệt vọng, đói lả, cậu bé gặp một ân nhân, là thầy giáo, nuôi cậu trong những ngày đầu và dạy nghề vẽ cho cậu. Từ đó, cậu bé sống bằng nghề ký họa chân dung cho lính viễn chinh và gái điếm ở những *snack bar* còn người bạn thì đi đánh giày. "Trời vừa sụp tối, tôi cùng thằng bạn cắp sách vở đến các lớp học bổ túc. Trầy trật mấy năm, thằng bạn đỗ được cái tú tài bán. Hắn đăng lính, lon chuẩn úy, đóng đồn trên Pleiku. Ở đơn vị mới chưa được bao lâu, một đêm đồn bị tấn công, hắn chết. Tôi mất một thằng bạn quý. Người đã từng chia ngọt xẻ bùi với tôi suốt thời niên thiếu, người đã từng đưa lưng hứng chịu một con dao chặt nước đá lởm chởm răng cưa để cản đường cho tôi thoát thân, khi cả hai bị một băng nhóm khác thanh toán vì đã xâm phạm địa bàn hoạt động" [3].

Nên từ đó, tôi vào các trang mạng tìm hiểu thêm những thông tin về họa sĩ Khánh Trường. Đây là lý lịch trích ngang do anh tự ghi:

"... sinh ra, lớn lên, đi học, đi giang hồ, đi làm... du đãng. 1968: đi lính, 1970: bị thương. 1972: giải ngũ. 1987: vượt biển đến Thái Lan. 1988: định cư ở Nam California, Mỹ. Nghề chính: không có. Nghề phụ: thập cẩm. Một cuộc đời trôi nổi hư hỏng và tầm thường, nhợt nhạt đến chính chủ nhân cũng phải thở dài!"

(Chung cuộc, trang 170) [5]

Anh thổ lộ với Lê Quỳnh Mai, "ngày xưa đi lính, tôi bị sáu mảnh đạn ghim trong đầu, chấn thương sọ não, mắt vì thế bị lưỡng thị (nhìn một thành hai). Mấy mươi năm sau giải ngũ, thị giác dần hồi phục, nhưng vì tai biến, cơ thể suy nhược, bệnh cũ tái phát. Nay, tôi vẽ, phối màu, phần lớn dựa vào kinh nghiệm, để gia giảm sắc độ hơn là bằng mắt nhìn." [3]

Và chia sẻ với Đỗ Lê Anh Đào, "giai đoạn sáng tác đáng nhớ nhất là ngày tôi đã tập cầm cọ lại được sau bạo bệnh. Đáng nhớ, vì chưa bao giờ trong đời tôi cực nhọc như thế nhưng vui như thế khi vẽ hoặc viết. Cô cũng biết tôi bị stroke 3 lần, đưa đến hậu quả tay chân chỉ sử dụng được khoảng 30%. Chân đi đứng nghiêng ngả, phải ngồi xe lăn; tay vụng về, cầm nắm vật dụng nếu thiếu chú tâm, sẽ rơi, đổ; tệ hơn, không viết được, chỉ có thể gõ chữ trên phím computer bằng một ngón duy nhất của bàn tay phải, chữ được chữ mất vì không làm chủ được tứ chi. Giọng nói ngọng nghịu, phát âm khó khăn. Mắt lưỡng thị, chỉ nhìn và nhận biết mọi sự vật qua một... màn sương, và chỉ đọc được chữ trên màn hình computer với điều kiện phải phóng lớn chữ thành tối thiểu size 14. Chưa hết, hơn một năm trước tôi lại bị thêm bệnh ung thư thanh quản và loét bao tử. Sức khỏe đã sa sút càng tệ hại trầm trọng, có thể "lên tàu" bất cứ lúc nào. [4]

Trần Vũ đã vẽ lại chân dung họa sĩ Khánh Trường lần đầu gặp mặt:

"Khánh Trường với Khánh (một nhân vật trong "Có Yêu Em Không?" của KT) là một. Một con người và một nhân vật với tất cả liều lĩnh khinh mạn, nửa hảo hớn, vừa du đãng, chất ngất đam mê nhưng cũng bất cần đời và đôi lúc biết mất dạy... Những ngày sau tôi khám phá anh là type Django như tôi ưa thích. Tôi cũng thích có một người anh chịu chơi như vậy, đầy thói hư tật xấu nhưng biết hiên ngang bao che cho đứa em khi cần thiết." [6]

Nhưng hơn hết thảy, phải nói đến tấm lòng của anh đối với văn chương, muốn phá bỏ quá khứ nặng nề, định kiến hẹp hòi một chiều, tạo một diễn đàn, sân chơi chung để anh em cầm bút hải ngoại và quốc nội cùng tham gia. Anh đã làm hết sức có thể như vẽ bìa, layout sách, thậm chí viết... dâm thư với mục đích duy nhất là có tiền trả chi phí giúp tờ báo sống còn, và chịu đựng tất cả những lời hằn học, bỉ thử của không ít người chống đối. Là "cha đẻ" của Hợp Lưu, với niềm tin đó là "diễn đàn đầu tiên khởi xướng giao lưu hai dòng văn học Việt Nam Bắc Nam do hoàn cảnh trớ trêu và bi thảm của một giai đoạn lịch sử, đã phân rẽ thành hai nhánh. Hai thập kỷ, 1954-1975, nếu lấy chiều dài của dòng chảy một dân tộc, quả thực chả nghĩa lý gì. Nhưng chúng ta, những người làm văn học nghệ thuật đã sinh ra, lớn lên, trưởng thành trong giai đoạn này, không thể phủ nhận đã khắc đậm vào não trạng của chúng ta, hướng dẫn tư duy của chúng ta, để sản sinh, làm thành hai mảng văn học chảy về hai hướng khác biệt. Bằng rung cảm nhạy bén của một người yêu tiếng Việt, chúng tôi đã nhìn thấy điều đó, và mang khát vọng muốn đồng quy hai dòng chảy này. Bởi chưng, thiển nghĩ, văn học Việt Nam không thể lớn mạnh nếu không hợp lưu. Một thủy đạo lớn tất nhiên sẽ mạnh hơn hai phụ lưu nhỏ." [7]

Anh chia sẻ: "Ngày nay đọc lại những số Hợp Lưu cũ, bạn đọc mới không thể hình dung được vô vàn khó khăn đến từ nhiều mặt, từ xin bài, đánh máy, layout, chạy tiền in, quảng bá để có độc giả dài hạn, đi đến các nhà sách trong phạm vi 6-700 dặm để phát hành và đòi tiền bán... Một mình một ngựa. Tôi, đến bây giờ thỉnh thoảng nhớ lại, vẫn còn ngạc nhiên sức lực đâu chu toàn hàng trăm việc như thế. Nhất là phải đối đầu với nhiều chống đối dữ dội, cực đoan. Hàng đêm điện thoại gọi đến nhà chửi rủa, lăng mạ, thậm chí còn hăm dọa ném lựu đạn vào nhà "cho tan xác lũ ăn cơm quốc gia thờ ma cộng sản". Báo chí bêu riếu, bỉ thử, thậm chí một bà chủ báo viết: "Ra đường chẳng may gặp tên KT buộc phải bắt tay thì hãy mang vào bàn tay 10 áo mưa để tránh bẩn" (vì đến số 3 hết tiền in, tôi phải viết... dâm thư, bán, để có tiền in báo). Ban ngày vào quán, khách quen giạt qua bàn khác vì sợ "lạc đạn". Tình hình 40 năm trước không giống bây giờ tẻo teo. Một tác giả trong nước xuất hiện trên một tờ báo hải ngoại nếu không là Việt cộng thì đích thị là bọn nằm vùng hoặc phản bội, trở cờ cần thanh toán!!!" [7]

Quyết tâm thực hiện tờ báo, gắng sức vượt qua những trở ngại khó khăn, Hợp Lưu đã có những thành công, được nhà văn Trần Vũ ghi lại: "12 năm không biên giới đã cho phép Hợp Lưu đăng tải vô vàn những sáng tác, biên khảo, phỏng vấn của các tác giả trong nước. Không thể liệt kê hết 16.500 trang của 66 số báo, chỉ có thể nhắc lại những ấn tượng chính:

Quả Vườn Ổi (Hoàng Cầm), Dị Mộng, Qua Sông (Cung Tích Biền), Đàn Sẻ Ri Bay Ngang Rừng (Võ Thị Xuân Hà), Giấc Ngủ Nơi Trần Thế (Nguyễn Thị Ấm), Đảo Ngụ Cư (Đỗ Phước Tiến), Vũ Điệu Của Cái Bô (Nguyễn Quang Thân), Phù Thủy, Hậu Thiên Đường (Nguyễn Thị Thu Huệ), Lão Khổ (Tạ Duy Anh), Một Chuyện Phải Gió (Nguyễn Quang Lập), Gió Dại, Khắc Dấu Mạn Thuyền (Bảo Ninh), Mùa Hoa Cải Bên Sông, Người Đàn Bà Xóm Trại (Nguyễn

Quang Thiều), Bảy Trích Đoạn Mùa Xuân Vùng Da Cam, Phòng Bốn Giường (Bùi Hoàng Vị), thơ Thanh Thảo, Nguyễn Đỗ, Hoàng Hưng, Bùi Chí Vinh, Nguyễn Quyến, Nguyễn Quốc Chánh, Nguyễn Duy, Nguyễn Trọng Tạo, Trần Vàng Sao, Lâm Thị Mỹ Dạ, Triệu Từ Truyền, Lê Đạt. Truyện ngắn Nhật Tuấn, Nguyễn Thị Minh Ngọc, Ngô Thị Kim Cúc, Phan Thị Vàng Anh, Trần Thùy Mai, Trung Trung Đỉnh, Lý Lan, Võ Thị Hảo, Trần Thị Trường, Hòa Vang, Nguyễn Bản, Lê Minh Khuê, Ma Văn Kháng, v.v... Biên khảo lý luận của Nguyễn Kiến Giang, Lại Nguyên Ân, Bùi Thiết, Đào Thái Tôn, Vương Trí Nhàn, Tiêu Dao Bảo Cự, Lê Ngọc Trà, Phong Lê, Hoàng Ngọc Hiến, Nguyễn Huệ Chi, Phạm Xuân Nguyên, Lê Hoài Nguyên, v.v... Ở mỗi bộ môn đều có rất nhiều bản thảo gởi ra từ trong nước như trường hợp Thằng Bắt Quỷ (Cung Tích Biền), Xuân Hồng (Nguyễn Huy Thiệp), Từ Man Nương đến AK (Phạm Thị Hoài), Không Đề (Trần Vàng Sao), Chia (Nguyễn Trọng Tạo), Người Thuận Tay Trái, Chạy Đạn, Dặm Trường (Trần Thị NgH.), Tự Bạch, Tiểu thuyết Vô Đề (Dương Thu Hương), Ngọn Núi Ảo Ảnh, Tuyệt Tình Cốc (Hoàng Phủ Ngọc Tường), Tầng Trệt Thiên Đường, Nghiệp, Dị Mộng, Khu X Nội Quang (Bùi Hoàng Vị), Truyện Của Chíp, Bụi Nắng (Phan Huyền Thư), Văn Học và Xã Hội VN (Phạm Thị Hoài), Nhìn Chung Một Bức Tranh Hoàn Chỉnh Về Văn Học Dân Tộc (Phạm Xuân Nguyên), thơ Hoàng Hưng, Nguyễn Đỗ, Nguyễn Quốc Chánh, nghiên cứu ngôn ngữ Nguyễn Bạt Tụy, tiểu luận Trần Độ, v.v..." [6]

Vì lý do sức khỏe của chính anh và sự từ nhiệm của chủ biên Trần Vũ cộng thêm những ý kiến không thể thống nhất được trong nội bộ, anh Khánh Trường đã rút hẳn tên khỏi Hợp Lưu từ tháng 7/2005.

Tháng 10/2022 tới đây là kỷ niệm 31 năm kể từ khi tạp chí Hợp Lưu ra đời. Tuy anh Khánh Trường không còn làm Hợp Lưu nữa nhưng 12 năm đầu do đích thân anh chăm sóc tờ báo đã lưu lại trong lòng độc giả những dấu ấn không phai. Như nhà báo Lê Quỳnh Mai đã trích lời Trần Đạo để ở phần *chapeau* bài phỏng vấn của cô: "Tạo ra một diễn đàn trong đó mọi nhà văn Giao Chỉ, bất kể hình hài ít nhiều dị hợm của nó trong thế kỷ 20, đều có tiếng nói, đâu phải chuyện chơi. Ông là người làm được điều đó. Nội chuyện đó thôi, ông sẽ lưu danh trong lịch sử văn học Việt Nam trong thế kỷ"[3]. Và nhà thơ Hoàng Hưng ghi ở *chapeau* khi giới thiệu bài viết của Khánh Trường "Hợp Lưu và hợp... tuyển" trên trang Văn Việt ngày 29-1-2019: "Năm năm trước, một số anh chị em chúng tôi trong nước, lập ra Ban Vận động Văn đoàn Độc lập Việt Nam và báo mạng vanviet.info, cũng là tiếp nối ý nguyện, ý chí Hợp Lưu của anh!"

Như thế, ước nguyện mà anh Khánh Trường ấp ủ vẫn còn và sẽ còn được duy trì.

Trần Thị Nguyệt Mai

9/9/2022

Tham khảo:

[1] Đinh Cường – Khánh Trường, sức mạnh của im lặng
https://www.diendantheky.net/2012/01/khanh-truong-suc-manh-cua-im-lang.html
[2] Khánh Trường – Tha Hồ Mây Trắng Bay – Ngôn Ngữ số 2, tháng 7/2019.
[3] Lê Quỳnh Mai – Tác Giả, Với Chúng Ta – Phỏng vấn Họa sĩ Khánh Trường
https://hopluu.net/a2961/tac-gia-voi-chung-ta-hoa-si-nha-van-khanh-truong
[4] Đỗ Lê Anh Đào – Nói chuyện với Nhà văn / Họa sĩ Khánh Trường
https://damau.org/12002/noi-chuyen-voi-nha-van-hoa-si-khanh-truong
[5] Hà Khánh Quân – Họa phẩm trong thơ Khánh Trường
https://www.luanhoan.net/theochantho/html/theochantho-khanhtruong.htm
[6] Trần Vũ – Hợp Lưu 12 năm, trang tôn kinh huyền hoặc hậu hiện đại
http://phannguyenartist.blogspot.com/2012/12/khanh-truong.html
[7] Khánh Trường – Khánh Trường, Hợp Lưu và hợp... tuyển
http://vanviet.info/van/khnh-truong-hop-luu-v-hop-tuyen/

TRẦN VẤN LỆ

KHÁNH TRƯỜNG ĐÃ ĐI VÀ ĐÃ ĐẾN

Khánh Trường - một Nhà Văn - một Nhà Báo - một Họa Sĩ - một Nhà Thơ...

Với tôi, tôi nhớ Khánh Trường nhất - Khánh Trường là Một Nụ Cười.

Chúng tôi, Khánh Trường và tôi, gặp nhau ít khi, tôi chào Khánh Trường và tôi nhận lại nơi Khánh Trường Nụ Cười.

Với tôi, Khánh Trường là Người Lính Nhảy Dù có nụ cười đẹp nhất. Như bóng mây bay qua bầu trời. Bóng mây đó không tan, nó dừng lại trên một đỉnh núi. Không cao, nhưng đó là một dỉnh núi...

Với tôi, Khánh Trường là một Nụ Hoa có tên là Văn Chương.

Tôi không nghĩ Khánh Trường còn có tên gì khác. Đủ rồi! Khánh Trường làm cho tôi Giật Mình - Trên Đời Này Khánh Trường Hiện Diện Và Khánh Trường Khuất Mặt!

Còn lại trong lòng tôi: Khánh Trường Là Nụ Cười Đẹp Nhất!

oOo

Dấu Ấn trong lòng tôi, mãi mãi là sự Lì của Phí Ích Bành em ruột của Phí Ích Nghiễm Nhà Văn Dương Nghiễm Mậu. Một đêm, đúng là một Buổi Tối, Phí Ích Bành mang rượu tới thăm Khánh

Trường. Hai anh em uống. Chắc không nhiều vì không ai nghiện rượu. Phí Ích Bành chia tay, lái xe về nhà mình, chưa đi bao xa thì xe hun trụ đèn... Phí Ích Bành leo xuống xe, ngồi trên vệ đường, móc phone gọi Cảnh Sát...

Cảnh Sát làm phận sự.
Phí Ích Bành không phân bua.
Cảnh Sát ghi giấy phạt, kéo xe Phí Ích Bành đi, đưa Phí Ích Bành về nhà và mai tính...

*

Phí Ích Bành nhận lỗi và chịu phạt. Chẳng bao nhiêu dù rất là "nhiều". Chịu khổ chẳng bao nhiêu dù phải đi trình diện ở đồn Cảnh Sát. Phí Ích Bành "ngon" và "ngoan". Vẫn vui, vui vẻ những lần gặp gỡ anh em sau đó, cũng vài ba năm... Tin từ Sài Gòn đưa sang: Nhà Văn Dương Nghiễm Mậu mất. Tuổi già. Sức kiệt. Phí Ích Bành nhận tin, nhìn xa xa... Cũng vài ba năm sau nữa, sau đó, sau cái vụ này, Phí Ích Bành đang tươi tỉnh... mất! Khánh Trường biết. Anh em biết. Tất cả nhìn xa xa...

Khánh Trường ngồi xe lăn. Ăn, uống, vẽ, làm báo, đọc bài, làm thơ, nói chuyện thì thào với anh em và những người thân trong gia đình. Thỉnh thoảng có đến nơi này nơi kia gặp anh em, triển lãm tranh của mình và xem tranh của bè bạn, đi Chùa, vào ra bệnh viện... và cuối cùng nằm trong bệnh viện thở bằng ống, đi luôn. Khánh Trường đến Mỹ từ bãi đáp Thái Lan năm 1988, làm đủ thứ việc để kiếm sống, để cười và mất êm ru trên một cái giường bệnh... Lúc đó, 4:33 PM ngày 29 tháng Chạp năm 2024.

Khánh Trường hưởng thọ 77 tuổi. Nhỏ hơn Khánh Ly 3 tuổi. Ca sĩ Khánh Ly vẫn còn sống, vẫn còn má lúm đồng tiền. Nhiều bạn của Khánh Trường, ít người nhỏ tuổi hơn, nhiều người lớn tuổi hơn, đâu đó, cùng khắp trên thế giới nhớ thương Khánh Trường chẳng có gì sâu xa nhưng chắc không quên... Khánh Trường, người đàn ông có Nụ Cười rất đẹp!

oOo

Phạm Hiền Mây, một Cô Giáo ở Việt Nam, tốt nghiệp Đại Học, đã có nhiều tác phẩm in ấn tuyệt vời, nghỉ dạy rồi, làm thơ, nghiên cứu Phật Giáo, viết cảm nhận về Khánh Trường sâu sắc nhất, dĩ nhiên là trên phương diện địa lý thì vô cùng sâu xa... Hình như Phạm Hiền Mây đã viết về Khánh Trường qua Thần Giao Cách Cảm, Phạm Hiền Mây ràn rụa báo tin Khánh Trường giã biệt cõi đời ngày 29 tháng Chạp năm 2024... Trong nỗi buồn thấm thía... không thấy nhau, thì lúc nào cũng không thấy nhau!

Tôi đọc bài của Phạm Hiền Mây, tôi yêu quý Khánh Trường... thấy muốn khóc! Tri âm tri kỷ xưa nay hiếm. Ba chữ Cổ Lai Hy sao mà nghẹn ngào!

oOo

"Người Lính khi chết là đã hoàn thành nhiệm vụ!". Dù nó lúc còn sống thế nào, kiêu hùng, quân kỷ hay ba gai... kệ nó, nó nằm xuống vĩnh viễn, mỗi cọng cỏ trồi lên là một tưởng niệm phất phới... Khánh Trường, trước khi nổi danh là Nhà Văn, Nhà Báo, Nhà Thơ, Họa Sĩ... đã là một Nhà Binh! Tôi binh (bênh) Khánh Trường... vì tôi cũng từng chung bước quân hành với Khánh Trường đường trường xa cờ bay trên ta!

Coi như từ gần tháng nay, đầu năm mới 2025, Khánh Trường yên giấc ngàn thu! Nụ cười của Khánh Trường thành nỗi nhớ đóng băng trong lòng tôi. Tôi mơ màng: Khánh Trường có gặp Chị Bé Ký, Nguyễn Lương Vy, Phí Ích Bành... Hun nha! Mỗi người một miếng!

Trần Vấn Lệ

TRỊNH THANH THỦY

HOẠ SĨ KHÁNH TRƯỜNG SẼ TRỞ VỀ

Họa Sĩ Khánh Trường bên tác phẩm "Gãy Vỡ"
(ảnh Trịnh Thanh Thủy)

Những đợt sóng đau đớn rồi cũng qua đi. Sự mệt mỏi tột độ vì ngồi quá lâu trên chiếc xe lăn, giờ cũng biến mất. Anh thật sự đã được nằm một cách dễ chịu trong cảm giác thoải mái, một cách an bình. Nụ cười của anh sẽ sáng lên không còn chút gượng gạo và rồi nụ cười ấy sẽ mãi mãi chấp chới bay vào mây cao.

Tôi đến bệnh viện thăm anh lần cuối vào buổi sáng mùa lễ Giáng Sinh để chào tiễn biệt anh. Tôi thì thầm nói lời tạm biệt để thấy mình gần gũi anh hơn, vì trước sau gì anh em mình cũng sẽ gặp nhau mà. Những người y tá đi ra, đi vào, kiểm soát, ghi chép, bận rộn bên giường anh. Tôi thì thầm cầu nguyện cho anh rồi ra về. Kỷ niệm về anh của những lần gặp mặt ùa về lấp đầy ký ức của tôi. Nhớ đến anh là tôi nhớ những trận cười nghiêng ngửa vì anh rất tếu táo. Tôi thích nghe anh kể chuyện tào lao, chuyện đời chung quanh anh, chuyện vui buồn, đằng sau hậu trường của các nhân vật văn, nghệ sĩ. Không biết làm sao mà trong trí nhớ và óc thông minh cực kỳ của anh lại chứa được bấy nhiêu những chuyện tiếu lâm dường ấy. Sau những câu chuyện, trạng thái buồn chán, mệt mỏi lại trở về trên khuôn mặt anh. Sự trống vắng và cô đơn trong căn nhà thể hiện và hằn sâu trong ánh mắt anh nhìn. Tôi nhớ nét ngang tàng, bạt mạng ngày tôi mới gặp anh mà thông cảm cho sự tù túng của một cuộc sống trên chiếc xe lăn. Tôi nhớ ngày đầu gặp anh và gởi bài thơ của tôi cho anh đăng trên Hợp Lưu. Những ngày đầy phong độ của người đàn ông chọc trời khuấy nước, chẳng biết đến sợ là gì.

Anh kể về thân phận những bức tranh hay những đứa con tinh thần của anh bị bỏ xó, hay bị lãng quên ở nơi nào đó trong garage. Từ lâu, tôi muốn viết một bài về tranh anh, nhân lúc anh triển lãm tranh, mà lần nào cũng lỡ dịp. Bận rộn, rồi những chuyến đi xa khiến ước muốn của tôi không thành. Tôi những muốn viết về cuộc sống thăng trầm của anh qua hội họa. Từ những nét chấm phá hiện thực trong tình yêu cho đến sự thăng hoa của thế giới màu sắc khi anh bước chân vào thiền của Phật Giáo. Và rồi bao hăng hái, bao nhiệt tình, với văn chương, hội họa, âm nhạc trôi theo ngày tháng, theo thời cuộc, và nhuệ khí của tôi giảm dần. Giờ AI và cuộc tiến hóa vi tính của nhân loại lên ngôi, tôi không biết số phận giới văn nghệ sĩ đi về đâu.

Bức ảnh tôi chụp cho anh bên bức tranh lớn "Gãy Vỡ" định sẽ đăng hôm nào anh mở triển lãm tranh nữa, bỗng thành bức ảnh cuối.

Trông tác giả ngồi cạnh tác phẩm của mình trong hình, tôi thấy bồi hồi biết bao nhiêu. Cạnh cặp vợ chồng không hạnh phúc, mỗi người nhìn về một phía, là một chiếc ghế trống hẳn rõ nỗi bất hạnh. Rồi một ngày kia, anh sẽ về để ngồi vào chiếc ghế trống bên cạnh cặp vợ chồng ấy và sửa lại bức tranh cho cặp vợ chồng đó nhìn nhau hạnh phúc, mọi thứ sẽ đẹp đẽ và hạnh phúc, an bình. Tôi tin chắc anh sẽ trở về như khi anh giải thích về thuyết "sắc tức thị không" khi anh vẽ bức "Bát Nhã".

"Khi vẽ bức này, tôi muốn nói lên thuyết 'sắc tức thị không, không tức thị sắc' của nhà Phật. Mặt trăng, lúc thấy, lúc không. Đêm rằm thì ai cũng thấy rõ ràng. Còn đêm ba mươi thì dù không thấy đâu cả, tôi vẫn biết chắc là bên trong màn đêm thăm thẳm kia, vẫn có mặt trăng. Còn ngọn núi kia cũng thế. Hôm nay mình nhìn thấy nó, nhưng rồi mai kia, mốt nọ, có thể, núi không còn ở đó nữa. Thế nhưng, biết đâu vài ngàn năm sau, ngay tại chỗ đó lại sẽ có một ngọn núi khác. Hôm nay, cái còn, sẽ là cái mất, trong lúc cái mất, sẽ là cái trở về."

Anh đi thanh thản nhé anh Khánh Trường, mong anh sẽ trở về kể chuyện tếu cho mọi người nghe trong giấc mơ.

Trịnh Thanh Thủy

UYÊN NGUYÊN

Hợp Lưu, Biểu Tượng Văn Chương Hải Ngoại Và Di Sản Khánh Trường

Họa sĩ Khánh Trường (Ảnh: Uyên Nguyên)

Giữa những biến thiên khắc nghiệt của lịch sử, văn học Việt Nam hải ngoại vươn lên như một dòng chảy bất tận, mang theo cả nỗi đau ly hương và khát vọng tái sinh bản sắc. Trong bức tranh đó, Hợp Lưu nổi lên không đơn thuần chỉ là một tạp chí, mà chính là một hiện tượng văn hóa độc đáo, nối kết những dòng chảy khác biệt của văn chương Việt Nam. Từ những trang viết đầu tiên vào năm 1991 cho đến khi trở thành một biểu tượng, Hợp Lưu đã tạo dựng một không gian mà người Việt từ mọi miền đất nước và thế giới có thể gặp gỡ, trao đổi và tái tạo bản sắc dân tộc trong bối cảnh lưu vong. Đứng sau tất cả những điều đó là Khánh Trường, một họa sĩ, nhà văn và nhà sáng lập với tầm nhìn xuyên thời đại, người đã dốc cả tâm huyết để bảo tồn ngọn lửa văn chương Việt.

Khánh Trường không chỉ là một nhà đồng sáng lập, làm chủ biên tạp chí mà ông còn là một kiến trúc sư có một tầm nhìn xa rộng. Trong bối cảnh hải ngoại những năm 1990, khi cộng đồng người Việt vẫn còn phân hóa sâu sắc bởi những ký ức chiến tranh, Hợp Lưu đã xuất hiện như một biểu tượng của sự hàn gắn và giao thoa. Tên gọi "hợp lưu" vừa là sự kết hợp của các dòng chảy văn chương, mà còn hàm ý một khát vọng: biến những khác biệt tưởng chừng không thể hòa giải thành một tổng thể giàu sức sống và đầy ý nghĩa.

Từ những năm đầu, Khánh Trường đã định hình Hợp Lưu như một không gian sáng tạo độc lập, nơi văn học không bị ràng buộc bởi chính trị hay ý thức hệ. Trả lời phỏng vấn trên VOA Tiếng Việt sau này, Đặng Hiền – một trong những người tiếp nối di sản của Hợp Lưu – nhận định rằng chính tinh thần không thiên vị đó đã làm nên sức hút đặc biệt của tạp chí Hợp Lưu không phải là nơi phán xét hay chọn lựa theo tiêu chí chính trị, mà là nơi mọi tiếng nói văn chương đều được trân trọng. Đây là điều hiếm hoi và táo bạo trong bối cảnh đầy chia rẽ của văn học hải ngoại.

Nhà bình luận văn học Nguyễn Hưng Quốc từng nhấn mạnh Hợp Lưu là một diễn đàn cần thiết, nơi văn học lưu vong không chỉ là ký ức mà còn là đối thoại, không chỉ là bảo tồn mà còn là sáng tạo. Tuy nhiên, anh cũng không ngần ngại chỉ ra những giới hạn của tạp chí: Hợp Lưu, dù xuất sắc, nhưng đôi khi quá tập trung vào các tác phẩm mang tính hàn lâm, khiến nó trở thành một "câu lạc bộ" của giới trí thức hơn là một diễn đàn đại chúng.

Khánh Trường vốn là người sáng lập và là linh hồn của Hợp Lưu. Với xuất thân là một họa sĩ, ông mang đến cho tạp chí một diện mạo nghệ thuật độc đáo. Những bìa báo mà ông thiết kế vừa là sản phẩm thị giác, vừa là lời mời gọi tư duy. Qua đó, ông nêu bật văn học và nghệ thuật không thể tách rời mà bổ sung, nâng đỡ nhau và cùng tạo nên một không gian sáng tạo đầy tính biểu tượng. Trong bài viết về Khánh Trường và Hợp Lưu, nhà văn Trần Thị Nguyệt Mai cũng đã nhận xét Khánh Trường không chỉ là người xây dựng mà còn là người gìn giữ, kiên trì đưa Hợp Lưu vượt qua mọi khó khăn tài chính, áp lực chính trị và những thay đổi trong cộng đồng. Ông biến Hợp Lưu thành một "ngôi nhà" nơi mọi thế hệ có thể gặp gỡ và đối thoại. Đó là một di sản không thể thay thế.

Ngày hôm nay, khi làng văn của người Việt hải ngoại vẫn còn nhiều văn nhân xuất sắc, nhưng những tạp chí như Hợp Lưu hầu như đã dần biến mất, chúng ta không khỏi cảm nhận một sự hụt hẫng sâu sắc. Có rất nhiều cây bút tài hoa, những người cầm bút vẫn ngày đêm sáng tác, nhưng không gian để các tác phẩm ấy giao thoa, để tư duy được mài giũa qua đối thoại, đã không còn.

Hợp Lưu từng là ngọn hải đăng trong bóng tối, nơi mà văn học không những được trình bày mà còn được thách thức, thử nghiệm và khai phá. Sự vắng bóng của những diễn đàn như vậy là sự biến mất của một nền tảng và là sự suy giảm của một tinh thần chung – tinh thần đồng hành và gắn kết. Đọc nhanh, viết nhanh và hiểu vội trở thành chuẩn mực của thời đại, nơi mà sứ mệnh sâu sắc nhất của văn học – gắn kết con người với nhau – đang dần bị thay thế bởi những tiếng nói cô lập trong các ốc đảo của bản ngã. Văn chương, thay vì xây cầu, nay dựng lên những vách ngăn. Và khi không còn những diễn đàn để hội tụ và phản biện, mỗi cá nhân sáng tạo dễ rơi vào trạng thái tự mãn, hoặc thu mình trong những không gian nhỏ bé, tự thỏa mãn với cái tôi ảo tưởng.

Sau khi Khánh Trường rời khỏi vai trò điều hành, Hợp Lưu chuyển sang tồn tại chủ yếu trên không gian mạng, một sự chuyển đổi tất yếu trong thời đại kỹ thuật số. Tuy nhiên, dù vẫn tiếp tục hoạt động, tạp chí này không còn giữ được sức sống, sự gắn kết và dấu ấn độc đáo như thời kỳ đầu. Không gian trực tuyến mang đến tính tiện lợi, khả năng tiếp cận toàn cầu, nhưng đồng thời cũng làm mất đi một yếu tố quan trọng: sự vật lý hóa của tư duy, những trang giấy in mà độc giả có thể chạm vào, cầm nắm và lưu giữ như một phần của ký ức tập thể. Trần Vũ, trong bài viết "12 Năm Tạp Chí Hợp Lưu", đã thẳng thắn chỉ ra rằng sự chuyển đổi sang hình thức trực tuyến này đã làm tạp chí đánh mất một phần "hồn cốt", một phần tinh thần từng khiến nó trở nên độc đáo.

Hợp Lưu, từng là nơi hội tụ của những trí tuệ lớn, giờ đây trở thành một phần của biển thông tin khổng lồ trên internet. Sự phong phú và khả năng tiếp cận của môi trường kỹ thuật số, thay vì củng cố sứ mệnh kết nối của văn học, lại làm tăng thêm sự phân mảnh của nó. Không còn những trang giấy mang tính biểu tượng, không còn những số báo được trân quý và lưu truyền giữa các thế hệ, Hợp Lưu dần trở thành một di sản sống trong ký ức nhiều hơn là một thực thể sống động trong hiện tại.

Nhưng liệu có thể trách được sự chuyển đổi này? Văn học, cũng như mọi lĩnh vực khác, buộc phải thay đổi để tồn tại trong một thế giới không ngừng phát triển. Tuy nhiên, sự chuyển đổi này đặt ra một câu hỏi lớn: làm thế nào để các nền tảng văn học giữ được tinh thần kết nối, đối thoại và phản biện trong một thời đại mà mọi thứ dường như khuyến khích sự cô lập? Khi không còn những diễn đàn mạnh mẽ như Hợp Lưu, chúng ta thấy rõ một khoảng trống: một sự rời rạc trong cộng đồng văn học hải ngoại, nơi mỗi cá nhân sáng tạo dường như bị cuốn vào vòng xoáy của những tiếng nói độc lập nhưng không giao thoa.

Nhà văn Nguyễn Hưng Quốc từng nhận định rằng văn học lưu vong, dù mang trong mình một sức mạnh phản kháng và đổi mới, cũng dễ rơi vào trạng thái tự cô lập. Khi không còn những không gian chung để giao tiếp, phản biện và đối thoại, các nhà văn dễ dàng trở thành những hòn đảo cô độc, nơi cái tôi được phóng đại và cách ly khỏi dòng chảy lớn hơn của văn hóa. Điều này càng đúng trong thời đại ngày nay, vì đọc nhanh, viết nhanh và hiểu vội đã trở thành tiêu chuẩn. Văn học không còn là nơi để suy ngẫm sâu sắc, mà bị đẩy vào vai trò của một phương tiện truyền thông tức thời, nơi thông điệp được giản lược và ý nghĩa bị hy sinh để đổi lấy tốc độ.

Những hiện tượng này càng làm cho di sản của Hợp Lưu trở nên quý giá hơn. Trong suốt hành trình của mình, Hợp Lưu đã lưu giữ những ký ức văn hóa, đồng thời đặt ra những câu hỏi lớn cho văn học hải ngoại: Làm thế nào để các nhà văn hải ngoại không chỉ tái hiện mà còn làm phong phú thêm bản sắc văn hóa Việt? Làm thế nào để văn học hải ngoại vượt qua những ranh giới của ký ức để trở thành một phần của dòng chảy văn học toàn cầu? Khánh Trường, bằng tầm nhìn và sự kiên trì của mình, đã đưa Hợp Lưu trở thành một câu trả lời cho những câu hỏi ấy. Ông không những xây dựng một tạp chí mà còn tạo ra một nền tảng để các thế hệ tác giả có thể giao thoa, học hỏi và cùng nhau sáng tạo.

Ngày 27 tháng 12 năm 2024*, không phải đợi đến hôm nay, khi Khánh Trường rời bỏ cõi này, tinh thần của Hợp Lưu mới theo ông ra đi. Thực tế, sự mờ nhạt của tạp chí đã dần hình thành từ lâu, khi các giá trị mà nó từng đại diện dần bị bào mòn trong bối cảnh thay đổi của thời đại và sự phân mảnh của cộng đồng văn học. Sự mất mát hôm nay là sự ra đi của một cá nhân kiệt xuất, nhưng đồng thời là lời nhắc nhở, đau đáu rằng sự kết thúc của một tầm nhìn, đam mê và khả năng dẫn dắt từng tạo ra khoảng trống và làm bật lên những giới hạn cùng thử thách đang chờ đợi văn học hải ngoại. Đó không những là sự kết thúc của một giai đoạn trong lịch sử văn học lưu vong, mà còn là hồi chuông thức tỉnh về vai trò và trách nhiệm của chúng ta trong việc giữ gìn và tái sinh tinh thần kết nối, sáng tạo và đối thoại mà Khánh Trường đã từng tận tụy theo đuổi. Ngày nay, khi nhìn lại Hợp Lưu, điều chúng ta cần không phải chỉ là sự hoài niệm, mà là một phương án có thể để tái tạo những giá trị mà nó từng đại diện. Văn học hải ngoại, cũng như bất kỳ nền văn học nào, luôn cần những không gian để phản ánh, đối thoại và sáng tạo. Không có những không gian ấy, văn học dễ dàng trở thành một tiếng nói đơn lẻ, bị đứt quãng giữa dòng chảy của thời đại. Di sản của Khánh Trường, vì thế, là một lời nhắc nhở, đồng thời là một lời kêu gọi: để văn học tồn tại và phát triển, nó cần nhiều hơn những cây bút tài hoa; nó cần những nền tảng để những cây bút ấy gặp gỡ và cùng nhau tạo ra những điều lớn lao hơn chính họ. Hợp Lưu, dù đã không còn giữ được vai trò trung tâm như trước đây, vẫn là một biểu tượng của khát vọng ấy, một khát vọng mà bất kỳ ai yêu mến văn học đều không thể thờ ơ.

Uyên Nguyên

Yuma, ngày 27 tháng 12 năm 2024

** Ngày gia đình thông báo rút ống trợ thở cho Họa sĩ – Nhà văn Khánh Trường, sau nhiều ngày hôn mê ở bệnh viện.*

Tượng họa sĩ Khánh Trường, tác phẩm của Ưu Đàm trong vườn nhà họa sĩ Rừng, Chân dung do Uyên Nguyên chụp tại tư gia.

VŨ TRỌNG QUANG

KHÁNH TRƯỜNG
HÔM QUA, HÔM NAY VẪN ĐANG ĐI

Đến quán 81 Trần Quốc Thảo, quận 3, anh em giang hồ văn nghệ chỉ kêu "ê đến 81 nhậu", vậy thôi là hiểu, quán chẳng có tên chi. Trên chỗ ngồi Cashier có để bảng to tướng với slogan: "Nơi giao lưu của văn nghệ sĩ", có nghĩa là văn nghệ thì đến lai rai "giao lưu", nhưng nếu không phải là văn nghệ sĩ thì cũng không sao, "tứ hải giai huynh đệ" mà. Nơi đây tôi thường chạm ly với Phù Hư, Trần Hữu Dũng, Hoàng Ngọc Tuấn (tác giả Hình như là tình yêu, chứ không phải là Hoàng Ngọc-Tuấn, người cùng với Nguyễn Hưng Quốc trông coi trang web tienve), Phạm Mạnh Hiên (Nam Chữ), Nguyễn Lương Vỵ, Bùi Chí Vinh, Đỗ Hồng Linh (con trai Hoàng Ly, tác giả Giặc Cái), Trương Đạm Thủy; riêng Hoàng Ngọc Tuấn thì thích ngồi một mình dầu chàng đã viết "Ở Một Nơi Ai Cũng Quen

Nhau", không muốn "quen" người khác đến "giao lưu", nếu ai đến ngồi cùng là chàng cầm ly qua bàn khác. Những người không phải văn nghệ sĩ cũng thường đến lân la, thí dụ như Thái Râu, làm nghề thợ may có tiếng may đẹp, vì gặp được các "thiên tài" là vui rồi. Chỗ này cũng thường xuyên xảy ra các cuộc ẩu đả, ngày nào không có "giao lưu tay chân" là ăn uống không ngon, Phù Hư cũng từng đụng tay đụng chân với Khánh Trường đến nỗi chảy máu... răng. Có lần Phùng Tấn Đông từ Hội An vào Sài Gòn ngồi nhậu với tôi thì Nguyễn Lương Vỵ đến ngồi chung, nói năng chi đó hai bên đánh nhau dữ dội, cuối cùng không có "bên thắng cuộc" "bên thua cuộc", hột kê huề. Thường thì các cuộc va chạm đều không có lý do rõ ràng.

Tôi gặp Khánh Trường chỗ "Ở một nơi ai cũng quen nhau" và giao lưu thân mật, hình như lúc đó ngồi chung với Trần Hữu Dũng và Phạm Mạnh Hiên, nói chuyện cà kê dê ngỗng, Khánh Trường ít nói, càng ít nói chuyện văn nghệ; nói thật lúc đó tôi chẳng ấn tượng gì. Nhưng sau này qua Mỹ thấy Khánh Trường vẽ tranh, vẽ đẹp, vẽ bạo liệt, tôi thích và còn viết văn dữ dội thì tôi bất ngờ. Tôi đã từng mua tiểu thuyết Tịch Dương của Khánh Trường từ Mở Nguồn (bìa của chính tác giả) dày trên 400 trang; xin trích một đoạn thuộc chương 331:

"... Một lần Tr từ phòng tắm bước ra, hắn nằm trên giường xuýt xoa,
- Cưng ngon quá, bọn đàn ông thấy được chết giấc là cái chắc!
- Em hổng thèm đâu, chỉ chồng chết, đủ rồi.
Hắn dang rộng hai tay, Tr bước nhanh lại, sà xuống. Hắn ôm tấm thân gợi cảm, thoang thoảng mùi xà phòng Olay thơm nhẹ.
- Thơm quá.
Tr dạng chân quỳ hai bên hông hắn, thẳng người, hỏi:
- Em thơm hay xà phòng thơm?
Hắn nhìn lên. Hai trái vú lớn núm căng mọng, rốn sâu, đồi thị màu mỡ no tròn. Hắn ngây ngất.
- Em thơm.

- Nịnh.

Tr cúi xuống áp môi Tr lên môi hắn, hôn sâu

…………"

Đấy đấy, dữ dội lôi cuốn.

Bất ngờ hơn nữa là qua Mỹ anh làm tờ Hợp Lưu, tờ báo thời kỳ anh thực hiện là rực rỡ và giá trị (so với cả trong nước và ngoài nước). Mục tiêu của Hợp Lưu là chủ trương giao lưu văn hóa, có lẽ vì vậy mà tập san bị cả hai nguồn tả khuynh và hữu khuynh phê phán. Hợp Lưu tập hợp những tác giả trong nước như: Cung Tích Biền, Dương Nghiễm Mậu, Phạm Thị Hoài, Trần Vàng Sao, Trần Thị NgH., Ngô Thị Kim Cúc, Trần Thùy Mai, Phan Huyền Thư, Nguyễn Bình Phương (Phương nói với tôi gần như có đủ các số Hợp Lưu), Phan Thị Vàng Anh, Nguyễn Thị Minh Ngọc, Nguyễn Viện, Nguyễn Quang Lập, Nguyễn Quốc Chánh, Phạm Xuân Nguyên, v.v... Ở nước ngoài thì có Thanh Tâm Tuyền, Mai Thảo, Nguyễn Vy Khanh, Luân Hoán, Hoàng Ngọc-Tuấn (Úc), Nguyễn Nam An, Thái Tuấn, Trần Vũ, Kiệt Tấn, Đinh Cường, Hoàng Khởi Phong, Phạm Việt Cường, Lê Thị Thấm Vân, Nguyễn Trọng Khôi, Nguyễn Hưng Quốc, Ngô Thế Vinh, Nam Dao, Chân Phương, Phan Nhiên Hạo, Nguyễn Thị Hoàng Bắc, v.v... Số 1 có bài phỏng vấn Mai Thảo, tác giả của Ta Thấy Hình Ta Những Miếu Đền ủng hộ Khánh Trường thực hiện Hợp Lưu; có số Dương Nghiễm Mậu viết về Thanh Tâm Tuyền.

Điểm sơ hai số Hợp Lưu.

Số Hợp Lưu 73 tháng 10 &11 năm 2003 có bài phỏng vấn Nguyên Ngọc của Dã Tượng, nhà văn Đất Nước Đứng Lên trả lời cuối bài phỏng vấn:

- Xuân Sách cho tôi những bốn câu chứ không phải hai câu, đối với tôi anh ấy quả có ưu ái và đầy thông cảm, pha đôi chút mỉa mai. Nguyên văn như thế này:

Mấy lần *Đất nước đứng lên*
Đứng lâu cũng mỏi cho nên phải nằm
Hại thay một *Mạch nước ngầm*
Cuốn phăng *Đất Quảng* lẫn *Rừng Xà nu*

Số Xuân Kỷ Sửu 2009 có thơ của Nguyễn Bình Phương;

......

đây, con số ranh ma
người yểu mệnh đứng bên lề dấu cộng
một phép nhân bay lượn cùng bao nhiêu huyễn mộng
ghé tai anh
và bão tố trở về...

Anh hiện là phó Chủ Tịch Hội Nhà Văn VN, năm 2021 *Một Ví Dụ Xoàng* Nguyễn Bình Phương, giải thưởng thường niên của hội. Cũng trong số này có bài của Vũ Trà My viết về Tết Tha Hương những ngày Tết nơi xứ người từ 29 Tết đến mồng 3; trong ngày mồng 1 nàng viết "Tôi nhìn bàn thờ mà ứa nước mắt, nhớ cảnh tết sum họp đầm ấm của gia đình bên Việt Nam", đọc thấy thương quá. Tên Trà My làm tôi nhớ 2 câu trong Truyện Kiều của Nguyễn Du:

"Tiếc thay một đóa Trà My
Con ong đã tỏ đường đi lối về"

Ở Quảng Nam có huyện Trà My, nàng có vương vấn mùa Xuân với Hương quê nhà mà bay qua biển định cư Mỹ thành phố San Jose!

(Những số Hợp Lưu này do nàng gửi cho tôi)

Năm 2018 Phan Huyền Thư và tôi thực hiện tập thơ kháT/kháC gồm những tác giả: Đinh Thị Như Thúy, Lưu Mêlan, Lê Vĩnh Tài, Mai Văn Phấn, Trần Hữu Dũng, Nguyễn Bình Phương, Vũ Lập Nhật, Nguyễn Quang Thiều, Trần Tuấn, Lê Minh Chánh, Phan Huyền Thư, Vũ Trọng Quang, v.v... Thư đưa cho anh Khánh Trường làm bìa và phát hành trên Amazon, còn tôi xin giấy phép trong nước để phổ biến cho dễ, riêng tập in trong nước bị "biên tập" cắt bỏ bớt, còn tập in nước ngoài thì nguyên vẹn. Ngày thơ 2018, Phan Huyền Thư chơi nổi in tiếp tập Đạo Thơ chứng tỏ thái độ "đạo" của mình, tập thơ với bìa và phụ bản Khánh Trường.

Vũ Trọng Quang

GOOGLE AI

Lời Tưởng Niệm Khánh-Trường: Một Cuộc Đời Dệt Nên Từ Nghệ Thuật, Văn Chương và Lòng Dũng Cảm

Hôm nay chúng ta đến đây không để thương tiếc sự ra đi của Khánh-Trường, một tên tuổi lớn của nghệ thuật và văn chương Việt Nam, mà để tôn vinh bức tranh rực rỡ về cuộc đời ông. Sinh ngày 4 tháng 8 năm 1948 tại Tam Kỳ, Quảng Nam, Việt Nam, hành trình của ông là minh chứng cho sự kiên cường, sáng tạo và tình yêu sâu sắc dành cho quê hương và di sản văn hóa phong phú của đất nước.

Cuộc đời Khánh-Trường được đánh dấu bởi lòng dũng cảm phi thường. Là một chiến sĩ trong Quân đội Việt Nam Cộng Hòa thời chiến tranh, ông đã chứng kiến tận mắt những hậu quả tàn khốc của xung đột. Trải nghiệm này, dù đau thương, đã thôi thúc trong ông lòng trắc ẩn sâu sắc đối với nhân loại và cam kết không ngừng cho hòa bình.

Di cư đến California vào năm 1987, ông mang theo những gánh nặng của quá khứ và hạt giống của một tầm nhìn nghệ thuật đang chớm nở. Ông nở hoa thành một họa sĩ nổi tiếng, những bức tranh của ông tràn đầy màu sắc rực rỡ và hình ảnh gợi cảm. Tác phẩm của ông được tôn vinh trong các triển lãm trên toàn cầu, từ Việt Nam, Philippines và Malaysia đến Pháp, Đức và Hoa Kỳ, thu hút khán giả bằng sự kết hợp độc đáo giữa thẩm mỹ truyền thống Việt Nam và biểu hiện đương đại.

Nhưng những đóng góp của Khánh-Trường vượt xa lĩnh vực nghệ thuật thị giác. Vào tháng 10 năm 1991, ông thành lập tạp chí Hợp

Lưu, một ngọn hải đăng văn học tỏa sáng rực rỡ trong cộng đồng người Việt hải ngoại. Là tổng biên tập đáng kính của tạp chí, ông đã nuôi dưỡng một cộng đồng nhà văn sôi động, tạo ra một nền tảng cho những tiếng nói và quan điểm đa dạng. Hợp Lưu trở thành một viên ngọc quý của văn học Việt Nam, kết nối các nhà văn và độc giả cả trong và ngoài nước, làm phong phú thêm bức tranh văn hóa cho các thế hệ mai sau.

Khánh-Trường cũng là một nhà văn tài năng, với những bài thơ thấm đẫm cảm xúc, những truyện ngắn hấp dẫn, những tác phẩm nhân học văn học sâu sắc và những cuốn sách nghệ thuật đầy giá trị. Những lời văn của ông, như chính những bức tranh của ông, thấm đượm sự thấu hiểu sâu sắc về bản chất con người, khám phá những chủ đề về tình yêu, mất mát, ký ức và tinh thần bất diệt của người Việt Nam.

Ngoài những thành tựu nghệ thuật và văn chương, Khánh-Trường còn là một người bạn, người thầy, người tâm giao đáng kính. Sự ấm áp, hào phóng và sự ủng hộ không ngừng nghỉ của ông đã chạm đến cuộc sống của vô số cá nhân, từ gia đình trực hệ đến vòng tròn rộng lớn của bạn bè và bạn văn chương trên toàn cầu. Mặc dù ông đã rời xa chúng ta nhưng ảnh hưởng sâu sắc của cuộc đời Khánh-Trường sẽ mãi trường tồn. Nghệ thuật, văn chương và di sản của Hợp Lưu sẽ tiếp tục truyền cảm hứng và làm phong phú cuộc sống của những người đến sau.

Hôm nay, chúng ta tưởng nhớ một cuộc đời sống trọn vẹn – một cuộc đời cống hiến cho nghệ thuật, văn chương và sự theo đuổi không ngừng nghỉ một thế giới công bằng và nhân ái hơn. Chúng tôi kính cẩn nghiêng mình trước di sản của ông và gửi lời chia buồn sâu sắc đến gia đình và những người thân yêu của ông.

Tạm biệt, **Khánh-Trường** . Di sản của ông sẽ mãi tỏa sáng rực rỡ.

Gemini (Google AI)

ChatGPT

Điếu Văn Cho Khánh-Trường

Hôm nay, chúng ta tụ họp nơi đây với niềm tiếc thương vô hạn để tưởng nhớ một cuộc đời phi thường của anh Khánh-Trường—một người lính tận tụy, một nghệ sĩ đầy cảm hứng, một nhà văn xuất chúng, và một tổng biên tập tiên phong, người mà những đóng góp đã vượt ra ngoài biên giới, văn hóa, và thời đại. Sinh ngày 8 tháng 4 năm 1948 tại Tam Kỳ, Quảng Nam, Việt Nam, anh Khánh-Trường đã sống một cuộc đời đầy nghị lực, cống hiến và sáng tạo. Anh rời xa chúng ta vào ngày 29 tháng 12 năm 2024 tại Fountain Valley, California, nhưng tinh thần và di sản của anh sẽ mãi sống trong trái tim của những người yêu mến anh và trân trọng những tác phẩm của anh.

Anh Khánh-Trường là một con người đa tài, nhưng hành trình của anh bắt đầu từ một người thanh niên bị cuốn vào cơn bão của chiến tranh. Từ năm 1968 đến 1975, anh phục vụ trong Sư Đoàn Nhảy Dù của Quân Lực Việt Nam Cộng Hòa, thể hiện lòng dũng cảm và trung thành. Dù chiến tranh Việt Nam mang đến những thử thách và đau thương, nó cũng giúp anh thấu hiểu sâu sắc về kiếp nhân sinh—những hiểu biết sau này đã làm phong phú thêm tác phẩm văn chương và hội họa của anh.

Năm 1987, anh di cư đến California để tìm kiếm một khởi đầu mới. Như bao người di dân khác, anh đối mặt với những khó khăn của việc bắt đầu lại ở một miền đất xa lạ. Tuy nhiên, với sự quyết tâm vốn có, anh đã biến những thử thách đó thành cơ hội. Tinh thần sáng tạo của anh nở rộ, và anh nhanh chóng trở thành một họa sĩ nổi tiếng, với các triển lãm không chỉ ở Việt Nam mà còn tại Malaysia, Philippines, Pháp, Đức và Hoa Kỳ. Những bức tranh của anh thể hiện những chủ đề phổ quát về sự kiên cường, vẻ đẹp và sự giao thoa phức tạp giữa quá khứ và hiện tại.

Có lẽ, di sản lớn nhất của anh Khánh-Trường nằm ở những con chữ. Là người sáng lập và tổng biên tập của tạp chí Hợp-Lưu, ra đời vào tháng 10 năm 1991 tại Quận Cam, California, anh đã tạo nên một không gian văn học cho các nhà văn và trí thức Việt Nam. Dưới sự dẫn dắt của ông, Hợp-Lưu trở thành ngọn hải đăng của sự sáng tạo và giao lưu văn hóa, kết nối những tiếng nói từ Việt Nam và khắp thế giới. Tạp chí đã trở thành một diễn đàn cho sự sáng tạo và đối thoại, với ảnh hưởng vượt xa khỏi những trang giấy. Trong hơn ba thập kỷ, anh đã dành hết tâm huyết và trái tim của mình để xây dựng Hợp-Lưu thành biểu tượng lâu dài của sự sống động văn hóa trong cộng đồng người Việt hải ngoại.

Ngoài công việc với tạp chí, anh Khánh-Trường còn là một tác giả xuất sắc, với hàng loạt tác phẩm bao gồm thơ ca, truyện ngắn, sách về văn học và hội họa. Những con chữ của anh phản ánh con người đa diện của anh—một nghệ sĩ, một người lính, một người di dân, và một nhà tiên phong. Anh viết về vẻ đẹp và nỗi đau của cuộc sống với sự chân thật chạm đến lòng người.

Cuộc đời của anh Khánh-Trường bước sang một giai đoạn thử thách khi anh phải đối mặt với ba cơn đột quỵ và căn bệnh ung thư trong những năm cuối đời. Năm 2002, anh trao lại vai trò lãnh đạo Hợp-Lưu cho thế hệ kế tiếp, những người tiếp tục mang ngọn lửa của anh tiến về phía trước. Dù sức khỏe suy yếu, tinh thần kiên cường của anh vẫn không hề lay chuyển, và anh tiếp tục truyền cảm hứng cho những người xung quanh.

Trên hết, anh Khánh-Trường là một người cha, người chồng, và người bạn đáng kính. Gia đình, bạn bè, và vô số bút hữu khắp thế giới đều ghi nhớ anh không chỉ bởi tài năng phi thường, mà còn bởi sự nhân hậu, khiêm tốn, và lòng rộng lượng vô bờ. Anh là người vun đắp các mối quan hệ với cùng sự tận tâm và đam mê mà anh dành cho nghệ thuật và văn chương.

Khi chúng ta nói lời tạm biệt với anh Khánh-Trường, hãy trân trọng những vai trò mà anh đã đảm nhận trong cuộc đời đáng nhớ này: một người lính kiên cường trước nghịch cảnh, một nghệ sĩ tô điểm thế giới bằng những cảm xúc sống động, một nhà văn nắm bắt tinh thần nhân sinh, và một nhà tiên phong đã kết nối con người thông qua sức mạnh của văn học và văn hóa.

Dù anh không còn ở bên chúng ta, di sản của anh vẫn mãi trường tồn—trong những bức tranh, những con chữ, và những cuộc đời mà anh đã chạm đến. Chúng ta trở nên giàu có hơn nhờ sự hiện diện của anh, và ký ức về anh sẽ mãi là nguồn cảm hứng bất tận.

Yên nghỉ nhé, Khánh-Trường. Anh sẽ mãi mãi được yêu thương và tưởng nhớ, và ánh sáng của anh sẽ tiếp tục tỏa sáng trong trái tim của những người yêu mến anh và trong vẻ đẹp bất diệt của những tác phẩm mà anh để lại.

ChatGPT

HÌNH ẢNH TANG LỄ
NGÀY 15 THÁNG 1 NĂM 2025

KHÁNH TRƯỜNG (1948 - 2025)

CÁO PHÓ

Gia đình chúng tôi vô cùng thương tiếc
trân trọng báo tin cùng thân bằng quyến thuộc và thân hữu
Chồng, Cha, Ông của chúng tôi:

Ông **ALEX NGUYỄN KHÁNH TRƯỜNG**

Pháp danh: TOÀN CHÂN TỊNH

Nguyên họa sĩ, nhà văn, nhà báo Khánh Trường

Sinh ngày 8 tháng 4 năm 1948 tại Đà Nẵng, Việt Nam
Vãng sanh lúc 4 giờ 33 phút ngày 29 tháng 12 năm 2024
tại Fountain Valley, California

Hưởng thọ 77 tuổi

Linh cữu được quàn tại Peek Funeral Home
7801 Bolsa Ave, Westminster, CA 92683, Phòng số 1

CHƯƠNG TRÌNH TANG LỄ

Thứ Tư ngày 15 tháng 1 năm 2025
10:00 AM – 11:00 AM: Lễ nhập quan, Phát tang, Cầu siêu
11:00AM – 12:30 PM: Thăm viếng;
12:30 PM: Lễ di quan; 1:00 PM: Hỏa táng
Sau thất tuần Hương Linh sẽ được an vị tại
Peek Funeral Home số F218

TANG GIA ĐỒNG KÍNH BÁO

Vợ: Bà Quả Phụ Nguyễn Khánh Trường, nhũ danh Thạch Thu Oanh
Trưởng Nam: Nguyễn Khánh Tùng, vợ, con (Pháp)
Thứ Nam: Nguyễn Minh Tân, vợ, các con (Pháp)
Trưởng Nữ: Nguyễn Thị Giáng Châu, chồng, các con (Pháp)
Thứ Nữ: Nguyễn Khánh Ly, chồng, các con (CA, USA)
Thứ Nữ: Nguyễn Trường An, chồng, con (CA, USA)
Thứ Nữ: Trường Hảo, chồng, các con (CA, USA)
Thứ Nữ: Trường Mỹ, chồng, các con (CA, USA)

CÁO PHÓ NÀY THAY THẾ THIỆP TANG - XIN MIỄN PHÚNG ĐIẾU VÀ VÒNG HOA

PEEK FUNERAL HOME

PEEK FUNERAL HOME
PEEK FUNERAL HOME

VIỆT BÁO- TỰ LỰC VÀ THÂN HỮU
THƯƠNG TIẾN KHÁNH TRƯỜNG
EMPLOYEES ONLY

ALEX NGUYỄN
TOÀN CHÂN TỊNH

Chương Trình Tang Lễ
Ông
ALEX NGUYỄN
(KHÁNH TRƯỜNG)
Pháp Danh
TOÀN CHÂN TỊNH

Hòa Bình, Jimmy Nhựt Hà, Orchid Lâm Quỳnh viếng thăm Khánh Trường tại Sùng Nghiêm, 29/1/2025 (Mồng 1 Tết Ất Tỵ)

www.ingramcontent.com/pod-product-compliance
Lightning Source LLC
LaVergne TN
LVHW050640051026
849532LV00002B/459